ഇന്ത്യ: യാത്രയും വിചാരവും

travalage
india: yatrayum vicharavum
•
dr. alex george
•
first edition
january 2017
•
typesetting & published
chintha publishers, thiruvananthapuram
•

•
cover
ambish
•

വിതരണം
ദേശാഭിമാനി ബുക്ക് ഹൗസ്
H O തിരുവനന്തപുരം-695 035
phone: 0471-2303026, 6063026
www. chinthapublishers. com
chinthapublishers@gmail. com

ബ്രാഞ്ചുകൾ
ഹെഡ്ഡാഫീസ് ബ്രാഞ്ച് കുന്നുകുഴി • സ്റ്റാച്യു തിരുവനന്തപുരം • കെ എസ് ആർ ടി സി ബസ് സ്റ്റേഷൻ ആലപ്പുഴ • കെ എസ് ആർ ടി സി ബസ് സ്റ്റേഷൻ എറണാകുളം • മച്ചിങ്ങൽ ലെയിൻ തൃശൂർ • ഐ ജി റോഡ് കോഴിക്കോട് • മാവൂർ റോഡ് കോഴിക്കോട് • എൻ ജി ഒ യൂണിയൻ ബിൽഡിങ് കണ്ണൂർ • സെൻട്രൽ ബസ് ടെർമിനൽ കോംപ്ലക്സ് താവക്കര കണ്ണൂർ

CO - 2428 /3979
ISBN -978-93-86364-12-8

ഇന്ത്യ: യാത്രയും വിചാരവും

യാത്ര

ഡോ. അലക്സ് ജോർജ്

ചിന്ത പബ്ലിഷേഴ്സ്
തിരുവനന്തപുരം-695 035
വില : ₹ 90

ഡോ. അലക്സ് ജോർജ്

അടൂർ നെല്ലിമൂട്ടിൽ വീട്ടിൽ 1958 മാർച്ച് 12 ന് ജനനം. 1981 ൽ കേരള സർവ്വകലാശാലയിൽനിന്നും സാമൂഹ്യ ശാസ്ത്രത്തിൽ ബിരുദാനന്തരബിരുദം. 1987 ൽ ബോംബെ സർവ്വകലാശാലയിൽനിന്നും കേരളത്തിലെ പുലയരുടെ വിമോചന പ്രസ്ഥാനത്തെക്കുറിച്ചുള്ള ഗവേഷണത്തിനു പി എച്ച് ഡി. ഗവേഷണവും ആക്ടിവിസവും കൈകോർക്കുന്ന ചില സന്നദ്ധ സംഘടനകളിൽ മുംബൈയിലും ഹൈദരാബാദിലും പ്രവർത്തിച്ചിരുന്നു. ഇപ്പോൾ ദില്ലിയിൽ തുടരുന്നു. *Household health expenditure in two states* (1997) എന്ന ഗ്രന്ഥത്തിന്റെ എഡിറ്ററും സഹരചയിതാവുമാണ്. *Quality Assurance in Health: National International Scene and Private Healthian* എന്ന പുസ്തകത്തിന്റെ രചയിതാവാണ്.

ഇക്കണോമിക് ആന്റ് പൊളിറ്റിക്കൽ വീക്ക്‌ലി, സെമിനാർ ഫ്രണ്ട് ലൈൻ, ഹിന്ദു സൺഡേ മാഗസിൻ, ഹിന്ദുസ്ഥാൻ ടൈംസ്, ടെലഗ്രാഫ്, ദി ഇൻഡിപെൻഡന്റ് എന്നീ ഇംഗ്ലീഷ് പ്രസിദ്ധീകരണങ്ങളിലും *സമകാലീന മലയാളം വാരിക*യിലും ലേഖനങ്ങൾ പ്രസിദ്ധീകരിച്ചിട്ടുണ്ട്.

ഭാര്യ : മേരി കുര്യൻ

മകൾ : കബനി മേരി അലക്സ്

email : alxgeroge@yahoo.com

ഉള്ളടക്കം

മുഖവുര 7

മദ്ധ്യപ്രദേശ്:ശുദ്ധിയും അശുദ്ധിയും 9

ബീഹാറിന്റെ ഗംഗാമാഹാത്മ്യം 26

ഝാർഖണ്ഡ് - ഗ്രാമ്യവനങ്ങൾ 33

ഒരു മഹാനഗരത്തിന്റെ ജീവിതം 46

വൈവിദ്ധ്യത്തിന്റെ കർഷകരെക്കുറിച്ച് 66

ലക്ഷദ്വീപ്: നാവികരുടെ ദ്വീപുകൾ 81

References 94

പ്രസാധകക്കുറിപ്പ്

ഇന്ത്യയുടെ ഉൾത്തടങ്ങളിലൂടെ ഒരന്വേഷകന്റെ മനസ്സുമായി സഞ്ചരിക്കുകയാണ് ഡോ. അലക്സ് ജോർജ്. *ഇന്ത്യ: യാത്രയും വിചാരവും* എന്ന ഈ ഗ്രന്ഥം വിനോദസഞ്ചാര കേന്ദ്രങ്ങളിലൂടെയുള്ള സഞ്ചാരങ്ങളല്ല. ജനപഥങ്ങളിലെ മണ്ണിനെയും മനുഷ്യനെയും പ്രകൃതിയെയും അറിഞ്ഞുള്ള യാത്രയാണിവിടെ ആഖ്യാനം ചെയ്യപ്പെടുന്നത്. മദ്ധ്യപ്രദേശും ഝാർഖണ്ഡും ബീഹാറും മുംബൈയും കേരളവും ലക്ഷദ്വീപുമൊക്കെ കടന്നുവരുന്ന യാത്രാപഥത്തിൽനിന്നും അറിവും അനുഭൂതിയും പ്രവഹിക്കുന്നുണ്ട്. സവിശേഷമായ ഈ യാത്രാപഠനഗ്രന്ഥം വായനക്കാർക്കുമുന്നിൽ അവതരിപ്പിക്കുന്നതിൽ സന്തോഷമുണ്ട്.

ചിന്ത പബ്ലിഷേഴ്സ്

മുഖവുര

ഇവിടെ പ്രതിപാദിക്കുന്ന യാത്രകൾ ഒരു പുസ്തകമെഴുതുവാൻ വേണ്ടി നടത്തിയവയല്ല. പോയി വന്ന സ്ഥലങ്ങൾ മാത്രമല്ല പ്രതിപാദ്യ വിഷയമാകുന്നത്. യാത്രകളോടൊപ്പം തന്നെ ലേഖകന്റെ ജന്മദേശമായ കേരളവും ഏറെക്കാലം ജീവിച്ചിരുന്ന നഗരമായ മുംബൈയും ഇവിടെ ചർച്ച ചെയ്യപ്പെടുന്നു.

ഗവേഷണവും സാമൂഹ്യപ്രവർത്തനവുമിടകലരുന്ന എന്റെ പ്രവൃത്തിപഥത്തിന്റെ ഭാഗമായി ഇന്ത്യയിലെ പല സംസ്ഥാനങ്ങളുടെയും അധികമാരും കയറിച്ചെല്ലാത്ത ഉള്ളകങ്ങളിലേക്കു കയറിച്ചെല്ലുവാൻ എനിക്കവസരം ലഭിച്ചു. അവിടങ്ങളിൽ എനിക്കുണ്ടായ നിരീക്ഷണങ്ങളെ ചരിത്രപരവും സാമൂഹ്യശാസ്ത്രപരവുമായ വിശകലനങ്ങളോടൊപ്പം അവതരിപ്പിക്കുവാനാണ് പ്രയത്നിച്ചിട്ടുള്ളത്. എന്നാൽ, അക്കാദമിക് ക്ലിഷ്ടത ഒഴിവാക്കി കൂടുതൽ വിസ്തൃതമായ വായനാലോകത്തേക്കു ഈ പുസ്തകത്തെ എത്തിക്കുവാനും പരിശ്രമിച്ചിട്ടുണ്ട്.

ചരിത്രപരവും സാമൂഹ്യശാസ്ത്രപരവുമായ പഠനങ്ങളോടൊപ്പം തന്നെ ഇവിടെ പരാമർശിക്കുന്ന സംസ്ഥാനങ്ങളായ മദ്ധ്യപ്രദേശ്, ബീഹാർ, ഝാർഖണ്ഡ്, കേരളം, മഹാനഗരമായ മുംബൈ കേന്ദ്രഭരണ പ്രദേശമായ ലക്ഷദ്വീപുകൾ എന്നീ പ്രദേശങ്ങളിലെ ജനങ്ങളുടെ ജീവിതരീതി, ഭക്ഷണം, ഭൂപ്രകൃതി, കൃഷി, സസ്യഗണങ്ങൾ, ജീവജാലങ്ങൾ എന്നിവയും ഭാരതത്തിന്റെ വിശാലമായ ഭൂപടത്തിൽ അതതു പ്രദേശങ്ങളുടെ വൈവിദ്ധ്യത്തിലൂന്നി ചിത്രീകരിക്കപ്പെടുന്നു. സഞ്ചരിച്ച, ജനിച്ച, ജീവിച്ച പ്രദേശങ്ങളുടെ വൈവിദ്ധ്യമാർന്ന നിറവും മണവും രുചിയും ജീവചലനത്തിന്റെ വ്യത്യസ്തമായ താളഗതികളും സ്വാംശീകരിക്കുവാൻ ഉദ്യമിച്ചിട്ടുണ്ട്.

ഭൂപ്രകൃതിയുടെയും മനുഷ്യന്റെയും സസ്യജൈവഗണങ്ങളുടെയും സഹജസ്വഭാവമായ വൈവിദ്ധ്യത്തിന്റെ വർണ്ണശോഭയെ ഉയർത്തിക്കാട്ടുന്നതോടൊപ്പം അതിനെതിരെ ഉയരുന്ന സാംസ്കാരിക ഏകതാനതയുടെ (Cultural homogenisation) ഇരുൾ ചൂണ്ടിക്കാട്ടുകയും ചെയ്യുന്നു. ഈ ഏകതാനതാ പ്രവർത്തനങ്ങളുടെ സമീപകാലവേരുകൾ നീളുന്ന 1990 കളിലായിരുന്നു ഇവിടെ പ്രതിപാദിക്കുന്ന പല യാത്രകളുമെന്നതു ഏറെ പ്രസക്തമാണ്. ആ യാത്രകൾക്കുശേഷവും ഇന്നും ലക്ഷദ്വീപുകളൊഴികെയുള്ള എല്ലാ പ്രദേശങ്ങളിലേക്കുമുള്ള എന്റെ യാത്രകൾ തുടർന്നുകൊണ്ടിരിക്കുന്നു. ഈ പില്ക്കാല യാത്രകളിലും ഇവിടെ പ്രതിപാദിക്കുന്നതിൽ ഏറെ വ്യത്യസ്തമായ നിഗമനങ്ങൾ ഉണ്ടായിട്ടില്ല എന്നുകൂടി പറയട്ടെ.

മദ്ധ്യപ്രദേശ്: ശുദ്ധിയും അശുദ്ധിയും

ഉത്തരഭാരതത്തിലെ ഒരു ചെറിയ ജില്ലാ തലസ്ഥാന പട്ടണമാണ് മൊറീന. മദ്ധ്യപ്രദേശിലെ ഈ ഇത്തിരി പട്ടണത്തിലെ ബസ് സ്റ്റാൻഡിൽ രാജസ്ഥാന്റെയും ഉത്തർപ്രദേശിന്റെയും മദ്ധ്യപ്രദേശിന്റെയും ബസുകൾ വന്നുപൊയ്ക്കൊണ്ടിരിക്കുന്നു. ഇവിടെനിന്ന് ഡൽഹിയിലേക്കുള്ള ദൂരം 275 കി മീ, ഉത്തർപ്രദേശിലെ ആഗ്രയിലേക്ക് അതിലും കുറഞ്ഞ വെറും 80 കി മീ, സമീപനഗരമായ മദ്ധ്യപ്രദേശിലെ ഗ്വാളിയറിലേക്കാകട്ടെ 40 കി മീ മാത്രവും. സംസ്ഥാനങ്ങളുടെ അതിരുകൾ ഇവിടെ അലിയുന്നു. എങ്ങും അല്പം നീട്ടിലും കുറുക്കിലുമുള്ള വ്യത്യാസങ്ങളോടെ ഉയരുന്ന ഒരേ ഭാഷയുടെ ആരവം. ഹിന്ദി മേഖലയുടെ ഏകതാനതയും പ്രദേശ വിസ്തൃതിയും ജനസംഖ്യാബാഹുല്യവും മുന്നിൽ തെളിഞ്ഞുവരുന്നു.

ഈ മൂന്നു സംസ്ഥാനങ്ങളുടെയും കൂടി വിസ്തീർണ്ണം ലക്ഷം ച. കി മീ വരും. അതായത് ഇന്ത്യയുടെ മൊത്തം വിസ്തൃതിയുടെ മൂന്നിൽ ഒന്ന്. 2011 ലെ സെൻസസ് പ്രകാരം ഇവയിലെ ജനസംഖ്യ മൊത്തത്തിൽ 341 ദശലക്ഷം വരും. ഇതാകട്ടെ ഇന്ത്യൻ ജനസംഖ്യയുടെ 28 ശതമാനവും ആണ്. ഉത്തരബീഹാറും ഹരിയാനയും ഹിമാചലും ഉത്തരാഞ്ചലും ഈ പ്രദേശത്തോട് സാമൂഹ്യമായി ചേരും. അവകൂടി ചേർക്കുമ്പോൾ ഇന്ത്യയുടെ രാഷ്ട്രീയ-സാമൂഹ്യ ഭൂപടത്തിലെ ഹിന്ദിമേഖലയുടെ പ്രബലതയുടെ ചിത്രം ഏറക്കുറെ പൂർണ്ണമാകുന്നു.

ഒരു ജില്ലാ തലസ്ഥാനപട്ടണമെന്നു പറയാനായി ഒന്നുംതന്നെ മൊറീനയിൽ ഇല്ല. ഒന്നൊന്നര മുറി കടകൾ, നഗരപാലികാ കെട്ടിടം, ജില്ലാ ആശുപത്രിയും ജില്ലാ മെഡിക്കൽ ഓഫീസറുടെ ഓഫീസും, ടെലിഫോൺ ഓഫീസ്, പോസ്റ്റോഫീസ്, ഒരു ബാങ്ക് ഇത്രയും ആയാൽ മൊറീന ആയി. ലോഡ്ജുകൾ ഒന്നുംതന്നെയില്ല. യാത്രക്കാർക്കായി ചില ധർമ്മശാലകൾ ഉണ്ട്. സ്ത്രീകളോടൊത്താണ് യാത്രയെങ്കിൽ താമസിക്കാൻ പറ്റിയ സ്ഥലങ്ങൾ ഇല്ലതന്നെ. റോഡുകളിലെ പ്രധാന വാഹനം

ചിരപുരാതനങ്ങളായ തുരുമ്പിച്ച കുറെ സൈക്കിൾ റിക്ഷകളാണ്. ഇടയ്ക്കിടെ കാണപ്പെടുന്ന ദീർഘദൂരബസുകളും അപൂർവ്വമായി പ്രത്യക്ഷപ്പെടുന്ന സ്വകാര്യ ചതുർവാഹനങ്ങളും മാത്രമാണ് അവയ്ക്കൊരപവാദം. സ്കൂട്ടറുകളും മോട്ടോർബൈക്കുകളും പോലും ചുരുക്കമാണ്. റോഡിൽ, തലയിൽ കെട്ടുള്ളവരും ഇല്ലാത്തവരും ആയ പുരുഷന്മാർ, സാരിത്തലപ്പുകൊണ്ട് തലമൂടിയ സ്ത്രീകൾ. മുതുകിൽനിന്നും ഇരുവശത്തേക്കും തൂക്കിയിട്ട സഞ്ചികളിൽ നിറച്ച ഭാരം തെറ്റുകൂടാതെ ലക്ഷ്യസ്ഥാനത്ത് എത്തിച്ച് മടങ്ങി വരുന്ന കഴുതകൾ. ഉൾപ്രദേശങ്ങളിൽ ഇവയെ കൂടുതലായി കാണാം. ആകെക്കൂടി മ്യൂസിയങ്ങളിൽ കാണപ്പെടുന്ന കൊളോണിയൽ കാലഘട്ടത്തിലെ ഇന്ത്യൻ ചെറുപട്ടണങ്ങളുടെ ഒരു ചിത്രം ചില ലഘുമാറ്റങ്ങളോടെ ഇറങ്ങിവന്നതുപോലെ തോന്നും. ഉത്തരേന്ത്യയിലെ പല ജില്ലാതലസ്ഥാനങ്ങളും ഇന്നും ഇതിൽനിന്നും ഏറെ വ്യത്യസ്തമല്ല.

ചമ്പൽ

കുപ്രസിദ്ധമായ ചമ്പൽ മേഖലയിലുൾപ്പെട്ട പ്രദേശമാണ് മൊറീന. അടിയന്തരാവസ്ഥയ്ക്കുശേഷം ഇവിടത്തെ കൊള്ളക്കാർ ജയപ്രകാശ് നാരായന്റെ മുന്നിൽവച്ചു കൊള്ളയടി നിർത്തുവാൻ പ്രതിജ്ഞയെടുത്തു എന്നാണ് പറയപ്പെടുന്നത്. കൊള്ളയും അക്രമവും തീർന്നിട്ടുണ്ട് എന്നു പറയുക വയ്യ. ഹിംസയുടെ പ്രകടമായ മുഖമുദ്രകൾ ഈ പട്ടണത്തിലും ജില്ലയുടെ ഉൾപ്രദേശങ്ങളിലും നിലനില്ക്കുന്നുണ്ട്. പട്ടാപ്പകൽപോലും തോക്കു ധരിച്ച ആളുകൾ റോഡിലൂടെ വളരെ സ്വാഭാവികമായി നടന്നുപോകുന്നതു കാണാം. അവർ തോക്കും തോളിലിട്ടു പാൻഷോപ്പുകളുടെ മുന്നിൽനിന്നു മുറുക്കുകയും റോഡ് സൈഡിലുള്ള ധാബാകളിലിരുന്നു ചായ കുടിക്കുകയും ഒക്കെ ചെയ്യും. ആർക്കും അതിലൊരനൗചിത്യവും തോന്നുന്നില്ല. അത്രമാത്രം ജനജീവിതവുമായി ഇഴുകിച്ചേർന്ന ഒരു ഉപ

മെറീനയുൾപ്പെടുന്ന ചമ്പലിന്റെ ഭൂപ്രകൃതി

കരണമാണ് തോക്ക്. അടുത്തിടപെടാൻ ഇടയായ ഒരു ഗവൺമെന്റുദ്യോഗസ്ഥൻ ബോംബെയിലെയും ഇവിടത്തെയും കൊലപാതകങ്ങളെ താരതമ്യം ചെയ്യുന്നതിപ്രകാരമാണ്: "ബോംബെക്കാർ കൊല്ലുന്നെങ്കിൽ അതു വളരെ സിസ്റ്റമാറ്റിക് ആയിട്ടായിരിക്കും. എന്നാൽ, ഇവിടെ അങ്ങനെയല്ല." ബോംബെയുടെ സിസ്റ്റത്തിൽ അയാൾക്കു വലിയ മതിപ്പാണ്. സ്വദേശത്തു നടക്കുന്ന കൊലയിൽ അയാളൊരസ്വാഭാവികതയും കാണുന്നുമില്ല!

ഈ തോക്കുധാരികളെല്ലാം ഒന്നുപോലെ അപകടകാരികളല്ല എന്നും ഒരു വാദഗതിയുണ്ട്. ഈ പ്രദേശത്ത് പൗരുഷപ്രൗഢിയുടെ ഒരു ബാഹ്യപ്രകടനമായാണത്രെ ഇവർ ഈ മാരകായുധവും തോളിൽ തൂക്കി നടക്കുന്നത്. ഇവിടത്തെ കൊള്ളയുടെയും കൊള്ളിവയ്പിന്റെയും അടിത്തറ ജാതിവ്യവസ്ഥയുടെ കഠിനസ്വഭാവങ്ങളോടുള്ള പ്രതികരണമാണെന്നും കരുതപ്പെടുന്നുണ്ട്. ഉയർച്ചയ്ക്കുള്ള എല്ലാ മാർഗ്ഗങ്ങളുമടച്ച രജപുത്ര മേധാവിത്വത്തോടുള്ള കത്തിക്കാളുന്ന എതിർപ്പിന്റെ പശ്ചാത്തലത്തിൽ പിന്നോക്ക ജാതിക്കാർ കണ്ടെത്തിയ ഒരു ഉയിർമാർഗ്ഗമാണത്രെ ഇവിടത്തെ കൊള്ളയടി. എന്നാൽ ഇന്നത്തെ ഈ തോക്കുധാരികളെല്ലാം ആ പിന്നോക്ക ജാതിക്കാരുടെ പിന്മുറക്കാർ മാത്രമാണെന്നു കരുതുന്നതു മൗഢ്യമായിരിക്കും. ഹിംസാത്മകത ജീവിതത്തിന്റെ സാമൂഹ്യവും മാനസികവും ലൈംഗികവുമായ തലങ്ങളിലേക്കിറങ്ങിച്ചെന്നിരിക്കുന്നതായാണ് നമുക്കനുഭവപ്പെടുക. പുറമെയെല്ലാം ശാന്തം. ചില തോക്കുധാരികൾ റോഡിൽക്കൂടി നടക്കുന്നുണ്ടെന്നു മാത്രം...

ഈ മേഖലയുടെ ഭൂപ്രകൃതിയും പക്ഷിമൃഗാദികളും കാലാവസ്ഥയും ഇതിന്റെ രൂക്ഷസ്വഭാവം വെളിവാക്കുന്നവയാണ്. മൈലുകളോളം ദൂരം മുഴുവൻ ഉയർന്നും താഴ്ന്നുമുള്ള മണൽക്കുന്നുകളും വിസ്തൃതമായ മണൽപീഠങ്ങളും അവയ്ക്കിടയിലെ അഗാധമായ വിള്ളലുകളും മാത്രം. ഡൽഹിയേക്കാൾ നാലു ഡിഗ്രി ഉയർന്ന ചൂടും നാലു ഡിഗ്രി കൂടി കുറഞ്ഞ തണുപ്പും. വേനൽക്കാല യാത്രയിൽ ഈ മണൽമേഖലയിൽനിന്നു പ്രതിഫലിച്ചുയരുന്ന സൂര്യരശ്മികൾക്കു കൃഷ്ണമണികളെ തുളയ്ക്കുന്ന ചൂട്. പച്ചപ്പെന്നു പറയാൻ അങ്ങുമിങ്ങും ഒറ്റപ്പെട്ടു കാണപ്പെടുന്ന ചില വരണ്ട സസ്യങ്ങൾ മാത്രം. ചക്രവാളസീമകൾവരെ നീളുന്ന ഈ വിസ്തൃതമായ താപപ്രസരണിക്കു മുന്നിൽ ആ സസ്യങ്ങളുടെ ഹരിതപത്രങ്ങൾ നിഷ്പ്രഭമാകുന്നു. അങ്ങുമിങ്ങും കാവൽഗോപുരങ്ങൾപോലെ തോന്നിക്കുന്ന ചില മണൽക്കുന്നുകളിലോ ഒറ്റപ്പെട്ട മരങ്ങളിലോ ഇരിക്കുന്ന കാവൽക്കാരായ കഴുകന്മാർ ഈ മണലാരണ്യത്തെ കുറെക്കൂടി രൂക്ഷമാക്കുന്നു.

ജലം ലഭ്യമായ ഇടങ്ങളിൽ പച്ചപ്പും അധിവാസകേന്ദ്രങ്ങളുമുണ്ട്. അവിടങ്ങളോടടുത്ത് ഈ പ്രകൃതിക്കുതന്നെ ഒരു വിരോധാഭാസമായി, കൊത്തിപ്പെറുക്കി നടക്കുന്ന മയിലുകളും പച്ചപ്പിന്റെ ഒരു തുരുത്തിൽ നിന്നു മറ്റൊന്നിലേക്കു ജൈവചലനത്തിന്റെ സംഗീതം പ്രക്ഷേപണം ചെയ്തു പറക്കുന്ന തത്തകളുടെ ഹരിതസംഘങ്ങളും. ഈ മയിൽക്കൂട്ടങ്ങളുടെ വിവിധ വർണ്ണാഞ്ചിതമായി പ്രശോഭിക്കുന്ന ചിറകുകൾക്കും

തത്തകളുടെ നേർത്ത മഞ്ഞകലർന്ന ഹരിതത്തിനും രൂപമെടുക്കാൻ ഈ താപപ്രസരണി തന്നെ വേണമായിരിക്കാം!

ഇവയെക്കൂടാതെ അധിവാസകേന്ദ്രങ്ങളോട് ഒട്ടൊന്നടുത്തായി കാണപ്പെടുന്ന ഒരു മൃഗം ഒട്ടകമാണ്. മരുഭൂമിയിലെ കപ്പൽ എന്ന പേരിലറിയപ്പെടുന്ന ഒട്ടകം ഇവിടെ പശുവിനെയും ആടിനെയും പോലെ ഇണങ്ങിയ ഒരു വളർത്തുമൃഗമാണ്. ഈ ഉന്നതകായന്മാരുടെ ദൃശ്യം ഈ പ്രദേശത്തിന്റെ മണലാരണ്യചിത്രം പൂർണ്ണമാക്കുന്നു. ക്രൈസ്തവ- ജൂത മതങ്ങളുടെയും ഇസ്ലാമിന്റെയും ജന്മഭൂമിയായ പൗരാണിക അറബ് - ഇസ്രയേൽ നാടുകളുടെ ഭൂമിശാസ്ത്രത്തിൽനിന്നും ഒരു താൾ പറിച്ചു ചേർത്തതുപോലെ.

ഞങ്ങളുടെ ജീപ്പ് മൊറീനയിലെ മറ്റൊരു ചെറു പട്ടണമായ പോർസയിലെത്തി. സെൻസസ് നിർവ്വചനപ്രകാരം ഇതൊരു ചെറുപട്ടണമായിരിക്കാം. പക്ഷേ, പട്ടണമെന്നു പറയത്തക്കവണ്ണം ഒന്നും അവിടെയില്ല. ഒട്ടുപല വികസിതഗ്രാമങ്ങളും ഈ നിർവ്വചനപ്രകാരം നഗരങ്ങളാവുന്നത് ഒരു വിരോധാഭാസം തന്നെയാണ്. നഗരങ്ങളിൽ ഉണ്ടാകേണ്ട യാതൊരു വികസനവും ഈ ഗ്രാമങ്ങളിൽ ഉണ്ടായിട്ടില്ല. നഗരങ്ങളുടെ യാതൊരു സൗകര്യങ്ങളും ഇവയ്ക്കില്ല.

സെൻസസിന്റെ നഗരനിർവ്വചനം അതീവ സരളമാണ്. അയ്യായിരത്തിലേറെ ജനസംഖ്യയുണ്ടായിരിക്കണം. അതിൽ 75 ശതമാനത്തിലേറെ പുരുഷതൊഴിലാളികൾ കാർഷികേതര പ്രവർത്തനങ്ങളിലേർപ്പെടുന്നവരായിരിക്കണം. ജനസാന്ദ്രത ഒരു ച കി മീറ്ററിൽ 400 ൽ കുറയാതെ ഉണ്ടാവണം. കാർഷികേതര പ്രവർത്തനങ്ങളിൽനിന്നു വനോല്പന്നശേഖരണം, മത്സ്യബന്ധനം, വേട്ടയാടൽ, പ്ലാന്റേഷനുകൾ എന്നിവയെ ഒഴിവാക്കിയിട്ടുണ്ട്. എന്നാൽ, ഇന്ത്യയൊട്ടുക്കു കാണപ്പെടുന്ന അനേകം കരകൗശല ജോലിക്കാരുടെയും പരമ്പരാഗത വ്യവസായങ്ങളിലെ തൊഴിലാളികളുടെയും അധിവാസകേന്ദ്രങ്ങൾ നഗരങ്ങളായി ഗണിക്കപ്പെടുന്നു. ഉദാഹരണമായി ബീഡിതെറുപ്പിലേർപ്പെടുന്ന സാമാന്യം ജനസാന്ദ്രതയുള്ള ഗ്രാമങ്ങൾ, ഈ നിർവ്വചനപ്രകാരം നഗരങ്ങളായി ഭവിക്കും.

ശുദ്ധ ഭോജനാലയങ്ങൾ

സമയം 14 മണി. ഞങ്ങളാരും ഉച്ചഭക്ഷണം കഴിച്ചിട്ടില്ല. ഒന്നുരണ്ടു 'ശുദ്ധ ഭോജനാലയ'ങ്ങൾ കണ്ടു. എന്താണിവയെ ശുദ്ധ ഭോജനാലയങ്ങൾ എന്നു വിളിക്കുന്നത്? അകത്തു യാതൊരു ശുദ്ധിയും കാണാനുമില്ലല്ലോ?

ജാതിസമൂഹത്തിൽ 'ശുദ്ധി'ക്കു സവിശേഷമായൊരർത്ഥതലമുണ്ട്. ഭക്ഷണത്തിന്റെ കാര്യത്തിൽ പ്രത്യേകിച്ചും. ഹിന്ദുസ്ഥാനിലെ ജാതികളുടെ തരംതിരിവ് ഇപ്രകാരമാണെന്ന് സുപ്രസിദ്ധ സാമൂഹ്യശാസ്ത്രജ്ഞൻ ജി എസ് ഖുര്യേ രേഖപ്പെടുത്തുന്നു. ആദ്യം ദ്വിജന്മാർ. രണ്ടാമത് ഏതൊക്കെ ജാതികളുടെ കൈയിൽനിന്നും ദ്വിജന്മാർക്ക് പക്കാഭക്ഷണം കഴിക്കാമോ അവർ. മൂന്നാമത് ദ്വിജർക്ക് വെള്ളം വാങ്ങിക്കു

സാഗർ ജില്ലയിലെ ഒരു ശുദ്ധ ഭോജനാലയങ്ങൾ

ടിക്കാവുന്നവരും എന്നാൽ ഒരു വിധമായ ഭക്ഷണവും സ്വീകരിച്ചുകൂടാത്തവരുമായ ജാതികൾ ഏതോ അവ. നാലാമത് ദ്വിജർക്ക് അസ്പൃശ്യരല്ലാത്തവരും എന്നാൽ ജലംപോലും വാങ്ങി കുടിച്ചുകൂടാത്തവരുമായ ജാതികൾ. ഒടുവിൽ ദ്വിജരെ സ്പർശം കൊണ്ടശുദ്ധരാക്കുന്ന തൊട്ടുകൂടാത്ത ജാതികൾ.

പക്കാ ഭക്ഷണം നെയ്യിൽ പാചകം ചെയ്തിരിക്കണമെന്നു നിഷ്കർഷയുണ്ട്. കച്ചാ ഭക്ഷണമാകട്ടെ വെറും വെള്ളത്തിൽ ഉണ്ടാക്കിയതായിരിക്കും. ദ്വിജർ കച്ചാഭക്ഷണം സ്വജാതീയരിൽനിന്നു മാത്രമേ കഴിച്ചുകൂടു. നെയ്യിൽ ഉണ്ടാക്കപ്പെട്ട പക്കാഭക്ഷണമാകട്ടെ മറ്റു ചില മദ്ധ്യ

ജാതികളിൽ നിന്നുകൂടി കഴിക്കാം. യാത്രാവേളകളിലും മറ്റും ദ്വിജർക്ക് എന്തെങ്കിലും കഴിക്കണ്ടേ?

ആഹാരരീതികളെ സ്വാധീനിക്കുന്ന ജാതികളുടെ ഈ തരംതിരിവ് ഇന്ന് പൂർണ്ണരൂപത്തിൽ പാലിക്കപ്പെടുന്നില്ല എന്നത് ആശ്വാസകരമായ സത്യംതന്നെ. എങ്കിലും നെയ്യിൽ പാചകം ചെയ്ത 'ശുദ്ധഭക്ഷണം' ദ്വിജനു കഴിക്കാവുന്ന ശുദ്ധഭക്ഷണമാണെന്ന വിശ്വാസം ഇന്നും നില നില്ക്കുന്നു. അതുകൊണ്ടാണ് ഉത്തരേന്ത്യയിലെ ചെറുനഗരങ്ങളിലെയും ജില്ലാ-താലൂക്ക് പട്ടണങ്ങളിലെയും ഒട്ടുമിക്ക ഹോട്ടലുകളുടെയും ബോർഡിൽ 'ശുദ്ധ ഭോജനാലയ്' എന്നെഴുതിപ്പിടിപ്പിച്ചിരിക്കുന്നത്. ഭക്ഷണം നെയ്യിലൊന്നുമല്ല പാചകം ചെയ്യുന്നതെങ്കിലും ധാരാളം എണ്ണ ചേർത്ത് ഉരുക്കിയ നെയ്യാണെന്നു തോന്നിപ്പിക്കുന്നു. അല്പം നെയ്യും മണപ്പിക്കുന്നുണ്ടാവും. വെള്ളത്തിൽ ഉണ്ടാക്കുന്നതു മാത്രമാണല്ലോ കച്ചാഭക്ഷണം!

ഈ ഭോജനാലയങ്ങളിൽ മാംസഭക്ഷണം പാചകം ചെയ്യപ്പെടില്ല എന്നതും എടുത്തു പറയേണ്ട ആവശ്യമില്ലാത്ത മറ്റൊരു വസ്തുതയാണ്. മാംസവും മത്സ്യവും അചിന്ത്യമായ അവിശുദ്ധിയാണ്. മത്സ്യമാംസ ങ്ങൾക്ക് ഭ്രഷ്ട് കല്പിച്ച്, ആരോഗ്യദായകമായ സസ്യാഹാരം പ്രദാനം ചെയ്യുന്നു എന്നവകാശപ്പെടുന്ന ഈ ശുദ്ധഭോജനാലയങ്ങളുടെ മുഖ മുദ്ര എണ്ണയിൽ കുളിപ്പിച്ച ഈ പക്കാഭക്ഷണമാണ്.

ആഹാരത്തിലെ പ്രധാന ഇനം മൺചൂളയുടെ അകത്തു പറ്റിച്ചുവ ച്ചു പാത്രങ്ങളുപയോഗിക്കാതെ തീയിൽ നേരിട്ടു ചുട്ടെടുക്കുന്ന തണ്ടൂരി റോട്ടിയെന്ന കണ്ഠകഠോരനായ ഒരുതരം ചപ്പാത്തിയാണ്. വയറ്റിൽ ചെന്നാൽ കുതിർന്നുവീർക്കുമെന്നുള്ളതുകൊണ്ടും കുറെ ഗ്യാസ് കൂടി ഉല്പാദിപ്പിക്കുന്നതുകൊണ്ടും ഇതു കഴിച്ചു ശീലിച്ചിട്ടില്ലാത്ത ദക്ഷിണേ ന്ത്യക്കാർക്കു രണ്ടോ മൂന്നോ എണ്ണമേ കഴിക്കാനാവൂ. അതുകൊണ്ടു തന്നെ ദക്ഷിണേന്ത്യയിൽ ദാരിദ്ര്യനിർമ്മാർജ്ജനത്തിന് ഇതു പ്രചരിപ്പി ക്കുന്നത് ഒരുത്തമോപാധിയാവും. അധികം ആഹരിക്കാൻ കഴിയാത്ത തുകൊണ്ട് അത്രയും ആഹരിക്കാനുള്ള പണമുണ്ടാക്കിയാൽ മതിയല്ലോ. അരി മുഴുവൻ കയറ്റിയയച്ച് വിദേശനാണ്യം സമ്പാദിക്കുകയുമാവാം.

ഉത്തരേന്ത്യയിലെ രൂക്ഷമായ കാലാവസ്ഥയ്ക്ക് ഇത്തരം ഘനഭ ക്ഷണം ആവശ്യമാവാം. തദ്ദേശീയരായ എന്റെ കൂടെയുണ്ടായിരുന്ന ഗവേ ഷക വിവര ശേഖകന്മാർ അഞ്ചും ആറും വരെ തണ്ടൂരി റോട്ടികൾ തട്ടി വിടുന്നുണ്ടായിരുന്നു. നന്നായി പൊള്ളിച്ചെടുത്ത വിജൃംഭിതനായ തണ്ടൂരി റോട്ടിയെ 'കടക്' റോട്ടി എന്നു പറയുന്നു. ഇവനാകട്ടെ അതീവ ശക്തിമാനും അതികഠോരനുമാണ്.

മധുരതരമായ പ്രാതൽ

എടുത്തുപറയേണ്ട മറ്റൊരു സവിശേഷത ഈ മേഖലയിലെ എന്റെ പ്രാതലുകൾ അതീവ മധുരതരങ്ങളായിരുന്നു എന്നതാണ്. ദക്ഷിണേ ന്ത്യയിലെപ്പോലെ പ്രാതൽ എന്നൊരാശയംതന്നെ ഉത്തരേന്ത്യയിലില്ല. അതുകൊണ്ടുതന്നെ വൈവിദ്ധ്യമാർന്ന പ്രാതൽ വിഭവങ്ങളുമില്ല. ആകെ

ലഭിക്കുന്നതു ജിലേബിയും ചിലപ്പോൾ ഉരുളക്കിഴങ്ങു സമോസയുമാണ്. ഉഴുന്നിൽ നിർമ്മിച്ചതും ദക്ഷിണേന്ത്യയിൽ ധാരാളമായി കണ്ടുവരുന്നതുമായ ജിലേബിക്ക് ഇവിടെ 'ജാഗ്റി' എന്നു പറയും. അതു വിരളമാണ്. ഇവിടുത്തേത് മൈദയിൽ ഉണ്ടാക്കിയ ജിലേബിയാണ്. അവയാണ് എന്റെ പ്രാതലുകളെ മധുരതരമാക്കിയത്.

ഉരുളക്കിഴങ്ങു സമോസയും പ്രഭാതങ്ങളിൽ ചില കടകളിൽ ലഭ്യമാണ്. ഉരുളക്കിഴങ്ങ് ഉത്തരഭാരതീയന്റെ ഇഷ്ടഭോജനമാണ്. അതുപയോഗിച്ചും അതു മറ്റു പച്ചക്കറികളുമായി ചേർത്തും വിവിധങ്ങളായ കൂട്ടാനുകൾ ഉണ്ടാക്കുന്നു. 'ആലു' എന്നാണിതിന്റെ ഹിന്ദിനാമധേയം. ആലൂപ്യാസ് (ഉരുളക്കിഴങ്ങും സവാളയും), ആലൂഗോബി (ഉരുളക്കിഴങ്ങും മൊട്ടക്കൂസും), ആലൂപനീർ (ഉരുളക്കിഴങ്ങും ചീസും), ആലൂമട്ടർ (ഉരുളക്കിഴങ്ങും ഗ്രീൻപീസും), ആലൂഫ്ളവർ (ഉരുളക്കിഴങ്ങും കോളിഫ്ളവറും), ആലൂമിർച്ചി (ഉരുളക്കിഴങ്ങും ഉണ്ടമുളകും) എന്നിങ്ങനെ നീളുന്നു ഉരുളൻകറികളുടെ നിര. ഉരുളനെക്കൊണ്ടു പൊറോട്ടപോലും ഉണ്ടാക്കുന്നു. ഇതാണ് ആലൂപറാത്ത.

ഇവിടങ്ങളിലെ ചന്തകളിൽ ഉരുളക്കിഴങ്ങിന്റെയും സവാളയുടെയും ഭീമൻ കൂനകൾ കാണാം. ഇവ രണ്ടും ഇത്രമാത്രം ആരുകഴിക്കും എന്നു തോന്നിപ്പോകും. എന്നാൽ, അധികം വിലയില്ലാത്ത ഈ പച്ചക്കറികളാണ് ഗോതമ്പിനോടൊപ്പം ഉത്തരേന്ത്യയിലെ ദരിദ്രരുടെ ജീവൻ നിലനിർത്തുന്നത്. അതുകൊണ്ടുതന്നെ ഇവയിലേതെങ്കിലും ഒന്നിന്റെ വിലക്കയറ്റം ഒരു ദേശീയപ്രശ്നമായി മാറുന്നു. ഭരണകക്ഷികൾ തിരഞ്ഞെടുപ്പിൽ തോല്ക്കുന്നു. ഗവൺമെന്റുകൾതന്നെ മാറുന്നു.

പ്രധാന ഭക്ഷണം ഗോതമ്പിൽനിന്നുണ്ടാക്കുന്ന മേല്പറഞ്ഞ റോട്ടിയും പച്ചക്കറികളുമാണ്. മാംസവും മത്സ്യവും ആഹാരത്തിലില്ല തന്നെ. ഗോഹത്യ അചിന്തനീയമായ അപരാധമാണ്. ഗോഹത്യ മാത്രമല്ല, അജഹത്യയും കുക്കുടഹത്യയുംകൂടി അപരാധമാണെന്നു തോന്നിപ്പോകും. ആട്ടിറച്ചിയും കോഴിയിറച്ചിയും പാലും വില്ക്കുന്ന കടകളോ പാചകം ചെയ്യുന്ന ഹോട്ടലുകളോ മദ്ധ്യപ്രദേശിലെ ഗ്രാമങ്ങളിലോ താലൂക്ക് പട്ടണങ്ങളിലോ ഇല്ല. ജില്ലാ തലസ്ഥാന പട്ടണങ്ങളുടെ ഏതെങ്കിലും വിദൂരമായ ഒരു കോണിൽ ചിലപ്പോൾ ഇവ വില്ക്കുന്ന ഒരു കട കാണും. ഒരു മുസൽമാനോ സിക്കോ പിന്നോക്ക ജാതിക്കാരനോ ആവും അതു നടത്തുന്നതും. ഗ്രാമങ്ങളിലും താലൂക്ക് പട്ടണങ്ങളെന്ന പേരിലറിയപ്പെടുന്ന വെറും വികസിത ഗ്രാമങ്ങളിലും ആടുമാടുകളെ വെട്ടുന്നത് സവർണ്ണമേധാവികൾ വിലക്കിയിരിക്കുകയാണ്. പെരുന്നാളുകളിൽ മുസൽമാന്മാർക്ക് ആടുകളെ വെട്ടാം. ഗോഹത്യ മുസ്ലീങ്ങൾക്കും വിലക്കിയിരിക്കുകയാണ്. സവർണ്ണരുടെ അറിവുകൂടാതെ അവരുടെ താമസസ്ഥലങ്ങൾക്കു പുറത്തുവച്ചാണ് പെരുന്നാളുകളല്ലാത്ത അവസരങ്ങളിൽ ആടുകളെ വെട്ടുന്നത്. കോഴിയിറച്ചിയും മത്സ്യവുംപോലും എങ്ങും പരസ്യമായി ലഭ്യമല്ല. രഹസ്യമായി കോഴിഹത്യ നടത്തി ആഹരിക്കുന്നവരുണ്ടാകാം. മദ്യപാനത്തിനൊരു പാർശ്വവിഭവമെന്ന നിലയിലാകാം മുളകുപൊടിയിട്ടു റോസ്റ്റ് ചെയ്ത പുഴുങ്ങിയ മുട്ടകൾ രാത്രികാലങ്ങ

ളിൽ ചില തട്ടുകടകളിൽ വില്ക്കുന്നുണ്ട്. ആ തട്ടുകടക്കാരിലൊരാളാണ്, അയാളുടെ വീട്ടിൽവച്ച് ഗോപ്യമായി ആട്ടിറച്ചി പാചകം ചെയ്ത് ഞങ്ങളുടെ താമസസ്ഥലത്തെത്തിച്ചത്. അതു കഴിക്കാൻ ഞങ്ങളുടെ കൈയിൽ പാത്രങ്ങളില്ലായിരുന്നു. ഉത്തരേന്ത്യയിൽ ചായ കുടിക്കാൻ തരുന്ന മണ്ണിലുണ്ടാക്കുന്ന ചെറിയ കട്ടോരികളിൽനിന്ന് ആ അജമാംസം ഭുജിച്ചാണ് ഒരു സിക്കുകാരനും ഒരു തെലുങ്കനും ഒരു കേരളീയനുമുൾപ്പെട്ട ഞങ്ങളുടെ സംഘം അന്ന് ബ്രാഹ്മണശുദ്ധി തകർത്തത്.

ഗോഭക്തിയും ബ്രാഹ്മണ്യവും

ആര്യന്മാർ ഇന്ത്യയിലേക്കു വരുന്നതു കന്നുകാലിയുല്പന്നങ്ങളെ പ്രധാനമായും ആശ്രയിച്ചിരുന്ന അർദ്ധസഞ്ചാരികളായ കാലിമേയ്ക്കലുകാരായിട്ടാണ് എന്നു റോമിലാ ഥാപ്പർ അഭിപ്രായപ്പെടുന്നു. ക്രയവിക്രയത്തിനു നാണയങ്ങൾ നിലവിലില്ലാതിരുന്ന അക്കാലത്ത് മൂല്യനിർണ്ണയോപാധിയായിപ്പോലും ഉപയോഗിച്ചിരുന്ന ഒരു വിശേഷപ്പെട്ട വസ്തുവായിരുന്നുവത്രെ പശു. ഹിന്ദിയിൽ 'ഗാവിഷ്ടി' എന്ന പദത്തിന്റെ അക്ഷരാർത്ഥം പശുക്കളെ തേടൽ എന്നാണെന്നും, ഈ വാക്കിന് ഇന്ന് നിലവിലുള്ള ഗുസ്തി എന്നർത്ഥം കൈവന്നതിൽനിന്നും പശുക്കളെച്ചൊല്ലിയുള്ള അടിപിടികളും അവയെ തട്ടിക്കൊണ്ടുപോകലും മറ്റും ആര്യഗോത്രങ്ങളിൽ പതിവായിരുന്നിരിക്കണമെന്നും ഥാപ്പർ അനുമാനിക്കുന്നു.

ഗോത്രം എന്ന പദത്തിന്റെതന്നെ ഉറവിടം കൂട്ടായ ഉടമസ്ഥതയിൽ ആദിമ ആര്യന്മാർ കൈവശം വച്ചിരുന്ന പശുക്കൂടുകളിൽ നിന്നാണെന്ന് ഡി ഡി കൊസാംബി ചൂണ്ടിക്കാട്ടുന്നു. നരവംശശാസ്ത്രത്തിൽ 'ക്ലാൻ' (clan) എന്ന പദത്തിന് തുല്യമായി അർത്ഥമുള്ള പദമായി ഗോത്രം ഉപയോഗിക്കപ്പെട്ടുതുടങ്ങിയതിനെക്കുറിച്ച് കൊസാംബി പറയുന്നത് ശ്രദ്ധേയമാണ്:

> സ്വത്തിന്റെ (അക്കാലത്തെ) ഉടമസ്ഥാവകാശരൂപം (ഗോത്രം) അതിന്റെ ഉടമയായ സാമൂഹ്യഘടകത്തിന്റെമേൽ സ്വന്തം നാമം ആമുദ്രണം ചെയ്യുകയായിരുന്നു.

ഓരോ ഗോത്രത്തിലെയും പശുക്കൾക്കു വ്യത്യസ്തമായ അടയാളങ്ങൾ ഉണ്ടായിരുന്നുവത്രെ. ഒരു പശുക്കൂട്ടിലെ പശുക്കളുടെ ഉടമസ്ഥത ഒരു ഗോത്രത്തിനായിരുന്നു. പശുവിനെ ഈ ജനപദങ്ങൾ ഒരു ഗോത്രചിഹ്നമൃഗമായി (totem animal) ആദരിച്ചിരുന്നിരിക്കാമെന്നും ഥാപ്പർ കരുതുന്നു. അതീവ ശുഭസൂചകമായി കരുതിയിരുന്ന ചില സവിശേഷ സന്ദർഭങ്ങളിലല്ലാതെ ഗോമാംസം ഭക്ഷിച്ചിരുന്നില്ല. എന്നുമാത്രമല്ല അങ്ങനെയല്ലാതെ ഭക്ഷിക്കുന്നതു നിഷിദ്ധവുമായിരുന്നു. പശുവിന്റെ സാമ്പത്തികമൂല്യം അതിനോടുള്ള ആദരവു വർദ്ധിപ്പിക്കുകയായിരുന്നു. പില്ക്കാലത്തു പശുവിനെ ഒരു വിശുദ്ധമൃഗമായി കണക്കാക്കുന്ന അയുക്തിക നിലപാടിന്റെ അടിസ്ഥാനം ഇതായിരുന്നു.

കാലിമേയ്ക്കലിലേർപ്പെട്ടിരുന്ന ജനപദങ്ങൾ കന്നുകാലിയുല്പന്ന

ങ്ങൾ ഉപയോഗിക്കുകയും, കാലികളെ കൃഷിയിലും ഗതാഗതത്തിലും ഏർപ്പെടുത്തുകയും ചെയ്യുന്നതിനുമുൻപുള്ള കാലഘട്ടത്തിൽ അവർ തങ്ങളുടെ വളർത്തുമൃഗങ്ങളെ കൊന്നുതിന്നിരിക്കാമെന്നു ആർ എസ് ശർമ്മ ചൂണ്ടിക്കാട്ടുന്നു. സാമ്പത്തികമൂല്യമുള്ള ഉപയോഗപ്രദമായ വളർത്തുമൃഗങ്ങളായി മാറിയശേഷം കാലികളുടെ വംശവർദ്ധനവിന്റെ ആദ്യഘട്ടത്തിൽ മൃഗബലി ഏറെ പ്രധാനമായിരുന്നുവെന്നും അദ്ദേഹം അഭിപ്രായപ്പെടുന്നു. ഇതിന്റെ പിന്തുടർച്ചയായി, വേദഗ്രന്ഥങ്ങളിൽ മൃഗബലിയെക്കുറിച്ച് ധാരാളം പരാമർശങ്ങളുള്ളതായി അദ്ദേഹം പറയുന്നു. ആടുമാടുകളെക്കൂടാതെ കുതിര, പോത്ത്, പന്നി, ഒട്ടകം, ആന, വന്യമൃഗങ്ങൾ എന്തിന് മനുഷ്യനെവരെ ബലി ചെയ്തിരുന്നതായി ശതപാദബ്രാഹ്മണത്തിൽ പരാമർശിക്കുന്നു. യുദ്ധവിജയം മുതൽ മറ്റനേകം കാര്യസാദ്ധ്യങ്ങൾക്കായിരുന്നു ഈ ബലികൾ.

കാർഷികവൃത്തി ശക്തമായി വേരുറച്ചതിനുശേഷം ഉയർന്നുവന്ന ബുദ്ധ-ജൈനമതങ്ങളുടെ ആവിർഭാവത്തിനുശേഷമാണ് ഗോഹത്യയും ഗോമാംസം ഭക്ഷിക്കുന്നതും തീർത്തും നാട്ടുനടപ്പിനെതിരായതെന്ന നിലപാടാണ് ഡി ഡി കൊസാംബിക്കുള്ളത്. വേദകാലഘട്ടത്തിലെ ബ്രാഹ്മണർ മൃഗബലി നടത്തിയ ഗോമാംസം കഴിച്ചു തടിച്ചു കൊഴുത്തിരുന്നവരായിരുന്നു എന്ന് അദ്ദേഹം അനുമാനിക്കുന്നു. ഇതിനുപോദ്ബലകമായി പശുവിന്റെയും വണ്ടിമാടിന്റെയും മാംസം വർജ്ജിക്കേണ്ടതിനെക്കുറിച്ച് വാദങ്ങൾ നിരത്തുന്ന ശതപാദബ്രാഹ്മണത്തിന്റെ ഒരു ഭാഗത്തിന്റെ ഒടുവിൽ യജ്ഞവല്ക്ക്യൻ പറയുന്നത് കൊസാംബി ചൂണ്ടിക്കാട്ടുന്നു. യജ്ഞവല്ക്ക്യന്റെ നിലപാട് ഇപ്രകാരമാണ്: "കാര്യമൊക്കെ ശരി, എന്നാൽ എനിക്കത് (ഗോമാംസം) ശരീരപുഷ്ടി നല്കുന്നിടത്തോളംകാലം ഞാനതു കഴിച്ചുകൊണ്ടേയിരിക്കും."

ഉത്തരഭാരതത്തിൽ മാംസാഹാരവർജ്ജനം രൂഢമൂലമായത് ബുദ്ധന്റെ അഹിംസാ സിദ്ധാന്തത്തോടെയാവാം. എന്നാൽ അതിന്റെ ഉറവിടം ആദിമ ആര്യന്മാരുടെ കാലിമേയ്ക്കലിൽ അധിഷ്ഠിതമായ ജീവസന്ധാരണത്തിൽ നിന്നുതന്നെയാവണം. മാംസാഹാരത്തെ വർജ്ജ്യം എന്ന നിലയിൽനിന്ന് 'അശുദ്ധം' എന്ന നിലയിലേക്കു നീക്കിയതു ബുദ്ധമതത്തിന്റെ തകർച്ചയിൽ പുനരുദ്ധരിച്ച ശുദ്ധിയിലും അശുദ്ധിയിലും ആസ്പദമായ ബ്രാഹ്മണ്യം തന്നെയായിരുന്നിരിക്കണം. ജാതിവ്യവസ്ഥയുടെ ആശയപരമായ അടിസ്ഥാനവും ഈ ശുദ്ധിയും അശുദ്ധിയും തന്നെയാണല്ലോ. ദളിതർ അസ്പൃശ്യരായിരുന്നതും ഇതേ ശുദ്ധി-അശുദ്ധി ലോകവീക്ഷണത്തിന്റെ ഭാഗമായിട്ടായിരുന്നു.

ഉത്തരഭാരതത്തിന്റെ ഗ്രാമാന്തരങ്ങളിൽ ഇന്നും ഒട്ടുംതന്നെ ക്ഷീരോല്പാദനശേഷിയില്ലാത്ത ശോഷിച്ച പശുക്കൾ മേഞ്ഞുനടക്കുന്നതു കാണാം. അവയിൽ ആരോഗ്യമുള്ള പശുക്കളും ഇല്ലെന്നല്ല. രാത്രികാലങ്ങളിൽ പശുക്കളെ ഉയർന്ന കരിങ്കൽപ്പാളികൾകൊണ്ടുണ്ടാക്കിയ തുറന്ന എരുത്തിലുകളിൽ അടയ്ക്കുന്നു. പകൽ പുറത്തിറങ്ങുമ്പോൾപോലും ഇവയ്ക്കു കയറുകളിടുന്നില്ല. മേഞ്ഞുനടന്നു കാടുകളിൽ കളഞ്ഞുപോയാലും കണ്ടുപിടിക്കാൻ വേണ്ട ഒച്ച ഉണ്ടാക്കാനായി കഴുത്തിൽ

വായ്വണ്ണമുള്ള തകരത്തിന്റെ മണികൾ കെട്ടിത്തൂക്കിയിട്ടുണ്ട്. ചില തിന്റെ കഴുത്തിൽ അല്പം ഭാരമുള്ള ഒരു തടിക്കഷണം കെട്ടിത്തൂക്കി യിടുന്നു. അധികം ദൂരെ പോകാതിരിക്കാനാണിത്. പശുക്കിടാങ്ങളെയെ ല്ലാംകൂടി കരിങ്കൽപ്പാളികൾ കൊണ്ടുണ്ടാക്കിയ മറ്റൊരു കൂട്ടിലാണ് രാത്രിയിലിടുന്നത്. തള്ളപ്പശുക്കളുടെ പാൽ ഇവയിൽനിന്നും സംരക്ഷി ക്കണമല്ലോ. ആകെ ഗോമയ സാമ്പത്തികം, സാമൂഹ്യം, സാംസ്കാ രികം...

ഈ പ്രദേശത്തെ ജനവാസരീതിയിലും ജാതിയുടെ ശക്തമായ സ്വാധീനം കാണാം. ഗ്രാമത്തിന്റെ നടുക്ക് ഒരമ്പലവും അതിനടുത്തായി ഒരു ചന്തയും. അവിടെയടുത്തായി സവർണ്ണരുടെ വീടുകൾ. അകലെ ദളിതരുടെ വീടുകൾ. ചുരുക്കം ചില മുസ്ലീങ്ങളുള്ളവർ പിന്നോക്കക്കാരു ടെയോ ദളിതരുടെയോ വാസസ്ഥാനങ്ങളോടു ചേർന്നു താമസിക്കുന്നു.

മദ്ധ്യപ്രദേശിലെ പേരെടുത്തു പറഞ്ഞാൽ എല്ലാവർക്കും അറിയാ വുന്ന രണ്ടു സർവ്വകലാശാലകളിലെ ഗവേഷണവിദ്യാർത്ഥികളായിരുന്ന എന്റെ വിവരശേഖകന്മാരിൽ (investigators) ബ്രാഹ്മണരായ ചിലർ ദളിത് ബസ്തിയിൽപോയി വിവരങ്ങൾ ശേഖരിക്കാൻപോലും ആദ്യം വിസമ്മ തിച്ചു എന്നു പറയുമ്പോൾ ഈ അഭ്യസ്തവിദ്യരുടെ അഭ്യാസത്തിന്റെ നിലവാരംകൂടി സ്വയം വ്യക്തമാവുന്നു. മതേതരത്വത്തെക്കുറിച്ചോ, ബാബ്റി മസ്ജിദ് പ്രശ്നത്തെക്കുറിച്ചോ, മണ്ഡൽ കമീഷൻ റിപ്പോർട്ടി നെക്കുറിച്ചോ മറ്റെന്തിനെക്കുറിച്ചോ ആകട്ടെ ചർച്ച. അവയിലൊന്നും സ്വന്തം ജാതിക്കും വർഗ്ഗത്തിനും മതത്തിനുമെതിരായ നിലപാടുകൾ അവർക്കില്ല. പൊതുവെ ഗവേഷണതലംവരെയെത്തുന്ന എല്ലാവരും തന്നെ സവർണ്ണരും സാമ്പത്തികമായി ഉയർന്ന നിലവാരം പുലർത്തു ന്നവരുമാണ്. ചിലർ സാമ്പത്തികമായി താഴ്ന്നവരായിരുന്നാലും സവർണ്ണ രായിരിക്കുമെന്നതിനാൽ നിലപാടുകളിൽ മാറ്റമുണ്ടാവില്ല.

കാളച്ചന്ത

സ്വാതന്ത്ര്യാനന്തര കാലഘട്ടത്തിൽ ഉപരിപഠനംകൂടി ഹിന്ദിയിലാക്കിയ, ഉത്തരഭാരതം പുറപ്പെടുവിച്ചിരിക്കുന്ന തദ്ദേശീയ ബുദ്ധിജീവികളാണവർ. ആധുനിക വൈജ്ഞാനിക വെളിച്ചം ലഭിച്ചിട്ടില്ലാത്ത ഏതൊരു സവർണ്ണന്റെയും ഇവരുടെയും ലോകവീക്ഷണം ഒന്നുതന്നെ. എം എ പഠനകാലത്തെ ഇവരുടെ ആശ്രയം ഹിന്ദിയിൽ തർജ്ജമചെയ്ത ചുരുക്കം ചില പുസ്തകങ്ങളാണ്. ഗവേഷണകാലഘട്ടത്തിൽ ആംഗലത്തിലേക്കു തിരിയേണ്ടതിന്റെ ആവശ്യകതയെക്കുറിച്ച് ഇവർ ബോധവാന്മാരാകുന്നു. പക്ഷേ, അപ്പോഴേക്കും ഗവേഷണ പ്രസാധനരംഗത്തെ പ്രധാന ഭാഷയായ ഇംഗ്ലീഷ് അവർക്ക് അപ്രാപ്യമായിക്കഴിഞ്ഞിരിക്കും. സ്വാഭാവികമായും വായനയുടെ അതിർവരമ്പുകൾ ഹിന്ദിയിലേക്കു ചുരുങ്ങുന്നു. അങ്ങനെ സ്വന്തം ജാതിയിൽനിന്നും വർഗ്ഗത്തിൽനിന്നും വേറിട്ടുള്ള ചിന്തകളാൽ അലട്ടപ്പെടാത്ത സ്വജാതി-സവർണ്ണ ബുദ്ധിജീവി ജനിക്കുന്നു. അങ്ങനെ ഉപരിവർഗ്ഗ സവർണ്ണർക്കു തങ്ങളുടെ ജാതി-വർഗ്ഗ ചിന്തകളെയും അഭിപ്രായങ്ങളെയും ക്രോഡീകരിച്ച്, അടിവരയിട്ടുയർത്തിപ്പിടിക്കുന്ന ഒരു ബുദ്ധിജീവിവൃന്ദത്തെ ലഭിക്കുന്നു.

ഇംഗ്ലീഷിന്റെ പുറന്തള്ളൽ

ഹിന്ദിയിൽ പുരോഗമന സ്വഭാവമുള്ള സാഹിത്യം ഇല്ലെന്നല്ല ഇപ്പറഞ്ഞതിന്റെ വിവക്ഷ. മറിച്ച്, മതമൗലികവാദത്തിലധിഷ്ഠിതമായ സാമൂഹ്യ-രാഷ്ട്രീയ പ്രസ്ഥാനങ്ങളുടെ പിടിയിലമർന്നിരിക്കുകയാണ് ഇന്നത്തെ ഹിന്ദി സാംസ്കാരിക മേഖലയാകെത്തന്നെ. അതുകൊണ്ട്, ഇതര ചിന്താധാരകളും അവയുടെ സാഹിത്യവും നിലനില്ക്കുന്നുണ്ടെങ്കിലും അവയൊക്കെ ഇന്ന് പിന്തള്ളപ്പെട്ടു പോകുകയാണ്. ഈ അവസ്ഥയിൽ, ഗവേഷണരംഗത്തെ മൂല്യഗ്രന്ഥങ്ങളും പ്രബന്ധങ്ങളും രചിക്കപ്പെടുന്ന ഇംഗ്ലീഷിനെ ഉന്നത വിദ്യാഭ്യാസ മേഖലയിൽനിന്നുകൂടി പിണ്ഡംവച്ചു പുറത്താക്കുന്നത് യാഥാസ്ഥിതിക ചിന്താഗതികളെ രൂഢമൂലമാക്കാനേ ഉപകരിക്കൂ എന്ന യാഥാർത്ഥ്യത്തെ ചൂണ്ടിക്കാട്ടുന്നു എന്നു മാത്രം.

മരുമകൾമാത്രം പുറത്ത്

ജാതിയുടെ കാര്യത്തിലുള്ള ഈ യാഥാസ്ഥിതികത സ്ത്രീപുരുഷ ബന്ധങ്ങളിലും വളരെ പ്രകടമാണ്. പൊതുജനാരോഗ്യം സംബന്ധിച്ച ഒരു പഠനത്തിന്റെ ഭാഗമായാണ് ഞങ്ങൾ മദ്ധ്യപ്രദേശ് സന്ദർശിച്ചത്. മൂന്ന് കാലാവസ്ഥാ റൗണ്ടുകളിലായി ഏതാണ്ട് ഒന്നരമാസത്തോളം കാലം നീണ്ടുനിന്ന ഫീൽഡ്‌വർക്കിൽ ഞങ്ങളേർപ്പെട്ടു. വേനലിലും വർഷകാലത്തും ശൈത്യത്തിലുമായി മൂന്നു സന്ദർശനങ്ങൾ ഞങ്ങൾ നടത്തി. ഇവിടെ പ്രകടമായി പരാമർശിച്ചിട്ടില്ലെങ്കിലും മൊറീനയോടൊപ്പം കുറേക്കൂടി വികസിച്ച ജില്ലയായ സാഗറും അടങ്ങുന്നതായിരുന്നു ഞങ്ങളുടെ സാമ്പിൾ. ഒരു നിശ്ചിത കാലയളവിനുള്ളിൽ ആളുകൾക്കുണ്ടാകുന്ന രോഗങ്ങൾ, അവരുടെയിടയിലെ ജനനമരണങ്ങൾ, ഇവയ്ക്കെല്ലാം അവർ തെരഞ്ഞെടുത്ത ചികിത്സാരീതികൾ, സ്രോതസ്സുകൾ, അവയ്ക്കു

ണ്ടായ ചെലവുകൾ എന്നിവയെക്കുറിച്ചുള്ള ഒരു പഠനമായിരുന്നു ഞങ്ങളുടേത്. രോഗങ്ങളെക്കുറിച്ചുള്ള ഏതൊരു പഠനത്തിലും സ്ത്രീകളും കുട്ടികളും സവിശേഷശ്രദ്ധയർഹിക്കുന്നു എന്നു പ്രത്യേകം പറയേണ്ടതില്ല. ഓരോ വീട്ടിലെയും ഓരോ അംഗത്തെയുംകുറിച്ചുള്ള സാമൂഹ്യ സാമ്പത്തിക വിവരങ്ങളും പിന്നീട് ആരോഗ്യ സംബന്ധമായ വിവരങ്ങളും ഞങ്ങൾ വിവരശേഖകന്മാർ വഴി എന്നാൽ അവരോടൊപ്പം ശേഖരിച്ചുകൊണ്ടിരിക്കുകയായിരുന്നു. അതിനിടെ കുടുംബ ജനസംഖ്യാഗണിതത്തിൽ ചില പൊരുത്തക്കേടുകൾ ഉള്ളതായി ഞങ്ങൾക്കനുഭവപ്പെട്ടു. കുടുംബങ്ങളിൽ ഞങ്ങൾ കണ്ട ആളുകളുടെ എണ്ണവും വീടുകളിലെ മുതിർന്ന പുരുഷന്മാരോ സ്ത്രീകളോ ഞങ്ങൾക്കു പറഞ്ഞുതന്ന എണ്ണവും തമ്മിലായിരുന്നു പൊരുത്തക്കേട്. ഗണിക്കാൻ വിട്ടുപോയ അംഗങ്ങൾ ചെറുപ്പക്കാരായ ചില പെൺകുട്ടികളായിരുന്നു. അവരുടെ പേരും വിവരങ്ങളും എന്താണ് കുടുംബാംഗങ്ങളെന്ന നിലയിൽ പറയാത്തതെന്നു ചോദിച്ചപ്പോൾ എല്ലായിടത്തും കിട്ടിയ ഉത്തരം: "വഹ് ബഹു ഹൈ" എന്നായിരുന്നു. അവൾ മരുമകളാണത്രെ! അതുകൊണ്ട് കുടുംബഗണിതത്തിൽ അവൾ പെടുന്നില്ല! മകന്റെ കുട്ടികളെ പ്രസവിച്ചു വളർത്തുകയും വീട്ടുജോലികൾ ചെയ്യുകയുമാണവളുടെ പണി. ഈ ന്യൂനഗണിതംകൊണ്ടു കൂടിയാവില്ലേ ഇന്ത്യൻ സെൻസസുകളിൽ സ്ത്രീ-പുരുഷാനുപാതം എന്നും കുറഞ്ഞിരിക്കുന്നതെന്നും സംശയിക്കേണ്ടിയിരിക്കുന്നു.

ശിശുമരണങ്ങൾ

ഏറ്റവും ഉയർന്ന ശിശുമരണ നിരക്കുള്ളതും മദ്ധ്യപ്രദേശുകൂടി ഉൾപ്പെട്ട ഉത്തരമേഖലയിലാണ്. ബീനായിൽനിന്നും ജാൻസിയിലേക്കുള്ള യാത്രാമദ്ധ്യേ കണ്ട ഒരു രംഗം ഇത് ഹൃദയസ്പൃക്കായ രീതിയിൽ വ്യക്തമാക്കി. ചെറുപ്പക്കാരനായ ഒരാൾ ഒരു പെൺകുഞ്ഞിനെയും കൈയിലേന്തി ഭാര്യയോടൊപ്പം മുൻസീറ്റിലിരിക്കുന്നുണ്ടായിരുന്നു. ദരിദ്ര തൊഴിലാളികൾ എന്ന് ഒറ്റനോട്ടത്തിൽത്തന്നെ പറയാവുന്ന അവരെ ആരും ശ്രദ്ധിച്ചിരുന്നുമില്ല. ഒരു രണ്ടുമണിക്കൂറിനുശേഷം കാണുന്നത് ആ കുട്ടിയെയും കൈയിൽ പിടിച്ചുകൊണ്ട് ഉറക്കെ നിലവിളിക്കുന്ന അച്ഛനെയാണ്. കുട്ടിയുടെ ഉടലിന്റെ കിടപ്പും പകുതി അടഞ്ഞ കണ്ണുകളും അവൾ മരിച്ചുകഴിഞ്ഞു എന്നതിന്റെ സൂചനയായിരുന്നു. ഏതെങ്കിലും ആശുപത്രിയിലേക്കു കൊണ്ടുപോകുകയായിരുന്നിരിക്കണം. ഗ്രാമങ്ങളിൽനിന്നും പട്ടണങ്ങളിലെത്താനുള്ള ദീർഘദൂരവും യാത്രാസൗകര്യങ്ങളുടെ കുറവുംമൂലം ഇത്തരം മരണങ്ങൾ ഉത്തരമേഖലയിൽ വളരെ കൂടുതലാവും. ആ ഇളം ജീവിതത്തിന്റെ ഓർമ്മകളുയർത്തുന്ന ചിരിയുടെ ലാഞ്ഛന കലർന്ന മരണത്തിന്റെ കരച്ചിൽ, ദൃശ്യനിബിഡമായ എന്റെ ഗവേഷണയാത്രകളിലെ എല്ലാ ദൃശ്യങ്ങൾക്കും മീതെ ത്രസിക്കുന്ന ഒരു ശ്യാമരേഖാചിത്രമായി എന്നും നിലനില്ക്കും. മനുഷ്യൻ അഗാധമായി കരയുമ്പോഴും അതിൽ ചിരിയുടെ ചേഷ്ടകൾ കടന്നുവരുന്നത് ജീവിതത്തിന്റെതന്നെ ഒരു വിരോധാഭാസമാണ്.

ലേഖകനും സഹയാത്രികൻ ഹാലീദും സീധിയിലേക്കുള്ള യാത്രാമദ്ധ്യേ

ഗ്രാമാന്തരങ്ങളിൽ മരണമടയുന്ന ശിശുക്കൾക്കായി പ്രത്യേകം ശ്മശാനങ്ങൾ തന്നെയുണ്ട്. ശിശുക്കളെ ഹൈന്ദവാചാരപ്രകാരം ദഹിപ്പിക്കാറില്ല. ശൈശവമരണങ്ങളുടെ സംഖ്യാബഹുലത മൂലമാകാം ഇത്തരം ശിശുശ്മശാനങ്ങൾതന്നെ ആവശ്യമായിവരുന്നത്. ഈ ഇളം ശ്മശാനങ്ങളെ ഉത്തരമേഖലയുടെ ദാരുണമായ സാമൂഹ്യവികസന നിലവാരത്തിന്റെ ഉത്തമ ദൃഷ്ടാന്തങ്ങളായി കണക്കാക്കാം.

മദ്ധ്യപ്രദേശിലേക്ക് വീണ്ടും കല്ക്കരിപ്പാടങ്ങളും ഗോതമ്പുകൃഷിയിടങ്ങളും

മദ്ധ്യപ്രദേശിലെ ഏറ്റവും അവികസിതമായ ഒരു ജില്ലയാണ് സീധി. 2001 ലെ ജനഗണനപ്രകാരം ഇവിടെ 14 ശതമാനം ആളുകൾ മാത്രം പട്ടണപ്രദേശങ്ങളിൽ വസിക്കുന്നു. അതായത് മദ്ധ്യപ്രദേശ് സംസ്ഥാനത്തിന്റെ മൊത്തം നാഗരിക ജനസംഖ്യയായ 27 ശതമാനത്തിന്റെ ഏതാണ്ടു പകുതിമാത്രം. 2011 ലെ ജനഗണനപ്രകാരം സാമൂഹ്യവികസനത്തിന്റെ ഒരു പ്രധാന മാനദണ്ഡമായ സ്ത്രീസാക്ഷരതാനിരക്ക് സീധിയിൽ 55 ശതമാനം മാത്രമാണ്. സംസ്ഥാനത്തിന്റെ മൊത്തം നിരക്കിനേക്കാൾ 11 ശതമാനം താഴെ. ജനസംഖ്യയിലെ സ്ത്രീകളുടെ അനുപാതം 1000 പുരുഷന്മാർക്ക് 952 സ്ത്രീകൾ എന്നതാണ്. ഇതാകട്ടെ മദ്ധ്യപ്രദേശിന്റെ സ്ത്രീ-പുരുഷ അനുപാതമായ 1000 പുരുഷന്മാർക്ക് 930 സ്ത്രീകൾ എന്ന നിരക്കിനേക്കാൾ അല്പം ഉയരെയാണ്. സോണോഗ്രാഫിക്കും സ്ത്രീഭ്രൂണഹത്യക്കും കൂടുതൽ സൗകര്യമുള്ള ഏറെ വികസിതവും നഗരവല്കൃതവുമായ പ്രദേശങ്ങളിലാണ് സ്ത്രീകളുടെ ജന

സംഖ്യ കുറഞ്ഞുവരുന്നതെന്ന സാമൂഹ്യശാസ്ത്രപരമായ നിഗമനത്തെ ഇതു കൂടുതൽ ശക്തിപ്പെടുത്തുന്നു.

മദ്ധ്യപ്രദേശിന്റെ തലസ്ഥാനമായ ഭോപ്പാലിൽനിന്നും 8 മണിക്കൂർ ട്രെയിനിൽ സഞ്ചരിച്ചു റീവയിലെത്തി, അവിടെനിന്നു വീണ്ടും നാലുമണിക്കൂർ വിന്ധ്യാഗിരിനിരകളോടു ചേർന്ന ഒരു വന്യമേഖലയിലൂടെ റോഡുമാർഗ്ഗം യാത്ര ചെയ്താണ് സീധിയിലെത്തുക. ഞങ്ങളുടെ സംഘം ജീപ്പിലാണു സഞ്ചരിച്ചത്. ബസിലാണ് ഈ യാത്രയെങ്കിൽ 6 മണിക്കൂർവരെയെടുക്കാം.

ജില്ലാതലസ്ഥാനമായ സീധിയേക്കാൾ വലിയ പട്ടണം കല്ക്കരി ഖനന മേഖലയുൾക്കൊള്ളുന്ന ബേധൻ ബ്ളോക്കിന്റെ ആസ്ഥാനമായ ബേധനാണ്. ഓപ്പൺകാസ്റ്റ് മൈനിങ് എന്ന സാങ്കേതികശാസ്ത്രമുപയോഗിക്കുന്ന ഇവിടെ വലിയ ആഴമില്ലാത്ത കല്ക്കരിപ്പാടങ്ങൾ കാണാം. ഈ ഖനികളിലും അതുമായി ബന്ധപ്പെട്ടും ബീഹാർ, ഝാർഖണ്ഡ്, ഛത്തീസ്ഗഢ് എന്നിവിടങ്ങളിൽനിന്നും വരുന്നവരും ചില ദക്ഷിണേന്ത്യൻ സംസ്ഥാനങ്ങളിൽ നിന്നുപോലുമുള്ള തൊഴിലാളികൾ 'ടികേദാർ'മാരുടെ (കങ്കാണികൾ) കീഴിൽ കുറഞ്ഞ കൂലിക്ക് അസ്ഥിരവ്യവസ്ഥകളിൽ ജോലിചെയ്യുന്നു. ഇവിടുത്തെ ട്രേഡ് യൂണിയനുകളും ഖനികളിലെ സ്ഥിരം തൊഴിലാളികളുടെ മാത്രമിടയിൽ പ്രവർത്തിക്കുന്നതായാണ് അറിയാൻ കഴിഞ്ഞത്. യൂണിയൻ കെട്ടിപ്പടുക്കുന്നതിൽ വഹിച്ച പങ്കിനെ ആദരിക്കാനായി അതിന്റെ നേതാവായിരുന്ന ഒരു മലയാളിയുടെ ചിത്രം യൂണിയനാഫീസിൽ പ്രദർശിപ്പിച്ചിട്ടുണ്ട്.

ഇവിടത്തെ കല്ക്കരിയുപയോഗിച്ചു വൈദ്യുതി ഉല്പാദിപ്പിക്കുന്ന നാഷണൽ തെർമൽ പവർ കോർപ്പറേഷന്റെ ഒരു പ്ലാന്റും ഇവിടെ പ്രവർത്തിക്കുന്നു. എന്നാൽ കല്ക്കരി ഖനനവും ഊർജ്ജോല്പാദനവും പകരുന്ന വ്യാവസായിക വികസനം ബേധൻ ബ്ളോക്കിന്റെ അവികസിതാവസ്ഥയ്ക്കു കാര്യമായ മാറ്റംവരുത്തുന്നില്ല എന്നതാണു വാസ്തവം. ജനഗണനപ്രകാരം ബേധനിലെ നാഗരിക ജനസംഖ്യ 44 ശതമാനമായി ഉയർന്നിട്ടുണ്ടെങ്കിലും ബേധന്റെയും സിംഗ്രൗളിയുടെയും ചുറ്റുവട്ടത്തിനപ്പുറം മുഴുവൻ കൃഷീവലഗ്രാമങ്ങൾ മാത്രമാണ്. ഗോതമ്പാണ് പ്രധാന കൃഷി. സ്ത്രീകളുടെ സാക്ഷരത വെറും 38 ശതമാനം മാത്രവും.

ഞങ്ങളുടെ സംഘം ബേധനിലായിരുന്നപ്പോൾ അതിനടുത്ത ഖുത്തർ ഗ്രാമത്തിലെ വാർഷിക കാളച്ചന്ത നടക്കുകയായിരുന്നു. നൂറു കണക്കിനു കാളകളെ ദൂരസ്ഥലങ്ങളിൽനിന്നുപോലും അവിടേക്കു കൊണ്ടുവന്നിരുന്നു. ഉത്തർപ്രദേശിന്റെ അരികുകളോടടുത്തു സ്ഥിതി ചെയ്യുന്ന ഖുത്തറിലേക്കു മുന്തിയതരം കാളകളെ കൊണ്ടുവരുന്നതു യു പിയിലെ ബെൻദി ജില്ലയിൽ നിന്നാണത്രെ. വളർത്താനായി വാങ്ങുന്ന കൊച്ചു കാളക്കുട്ടന്മാർ മുതൽ സാക്ഷാൽ ഋഷഭരാജന്മാർ വരെ അണിനിരന്നിരുന്നു. നിലമുഴാൻ ഉപയോഗിക്കുന്ന കാളകൾക്കായാണ് പ്രധാനമായും ഈ ചന്ത. ശരാശരി ഉഴവുകാളകളുടെ ഒരു ജോഡിക്കു ആറായിരം രൂപയാണു വില. ലക്ഷണമൊത്ത ഒരു ജോടിക്കു പന്തീരായിരം രൂപവരെയാകുമായിരുന്നു. വണ്ടിക്കാളകൾക്കായി ഇവിടെയാരും വരു

ന്നില്ല. അറവുകാള എന്ന നിലയിൽ കാളകളെക്കുറിച്ച് ഇവിടെയാരും ചിന്തിക്കുകയുമില്ല.

മദ്ധ്യപ്രദേശിൽ പൊതുവെ നിലനില്ക്കുന്ന സസ്യാഹാര പ്രതിപത്തിയുടെ ചരിത്രപരവും സാമൂഹ്യവുമായ വിശകലനം മൊറീന ജില്ലയെ ആസ്പദമാക്കിയുള്ള പരാമശനങ്ങളിൽ പ്രതിപാദിച്ചിട്ടുള്ളതിനാൽ ഇവിടെ ആവർത്തിക്കുന്നില്ല. മദ്ധ്യപ്രദേശിൽ നടപ്പാക്കിയ ഗോവധനിരോധന നിയമവും ഇത്തരുണത്തിൽ പ്രസക്തമാണ്. സസ്യാഹാരം വില്ക്കുന്നു എന്ന് ഉച്ചൈസ്ഥരം ഉദ്ഘോഷിക്കുന്ന 'ശുദ്ധഭോജനാലയങ്ങൾ' ബേധനിലും കാണാം.

വനസ്നേഹം

റീവയിൽനിന്ന് സീധി വഴി ബേധനിലേക്കുള്ള യാത്രയിലുടനീളം വനങ്ങളെ സ്നേഹിക്കുവാനും പരിപാലിക്കുവാനും ആഹ്വാനം ചെയ്യുന്ന മുദ്രാവാക്യങ്ങളടങ്ങിയ അനേകം ബോർഡുകളും ചുവരെഴുത്തുകളും കാണാം. സംസ്ഥാന സർക്കാരിന്റെ വനംവകുപ്പാണ് ഈ പ്രചരണത്തിനു പിന്നിൽ. ഇത്ര വിപുലമായ ഒരു വനസംരക്ഷണ പ്രചരണ സന്നാഹം മറ്റെങ്ങും തന്നെ കണ്ടിട്ടില്ല. പക്ഷേ, പ്രചരണമൊരുവശത്തു നടക്കുന്നുണ്ടെങ്കിലും ഇവിടെയെങ്ങുംതന്നെ ഇടതൂർന്ന വനങ്ങൾ ഇന്നു കാൺമാനില്ല എന്നതാണവസ്ഥ. ഒരു കാലത്തു നിലനിന്നിരുന്ന നിറഞ്ഞ കാടിന്റെ സ്മാരകങ്ങളായി ഈ ബോർഡുകളും ചുവരെഴുത്തുകളും അവശേഷിക്കുന്ന കാലം വിദൂരമല്ല എന്നു തോന്നും.

മദ്ധ്യപ്രദേശിന്റെ ഈ മേഖലയിലെ ചെറുപട്ടണങ്ങളിലെ ഫർണിച്ചർ കടകളിൽ പൊതുവെ കാണുന്നത് സെസേം തടികൊണ്ടുള്ള ഉരുപ്പടികളാണ്. എന്നാൽ, സെസേം മാത്രമല്ല ഇവിടത്തെ അവശേഷിക്കുന്ന വനങ്ങളിലുള്ളത്. തേക്കും സാളും മഹുവയും മറ്റും അവയിലിന്നുമുണ്ട്. ഝാർഖണ്ഡിലെ വനങ്ങളിലും സാളും മഹുവയും ഉണ്ട്. സാൾ തേക്കുപോലെതന്നെ ബലമുള്ള ഒരു തടിമരമാണ്. മഹുവയുടെ പൂക്കൾ ഇവിടെയും മദ്യം വാറ്റാനായി ഉപയോഗിക്കുന്നു. വനം നശിച്ചുകൊണ്ടിരിക്കുകയാണെങ്കിലും വനവുമായി ബന്ധപ്പെട്ട ഭാഷാപ്രയോഗങ്ങൾ ജനങ്ങൾക്കു കൈമോശം വന്നിട്ടില്ല. ജനങ്ങൾ ഭയപ്പെടുന്ന, മുടി മുഴുവൻ നരച്ച ഒരു നാട്ടുപ്രമാണിക്ക് 'സഫേദ് ഷേർ' (വെള്ളസിംഹം) എന്നാണവർ ഇരട്ടപ്പേരിട്ടിരിക്കുന്നത്. സിംഹങ്ങളെയും കടുവകളെയും ഇവിടെയെങ്ങും കാൺമാനില്ല എന്നതു മറ്റൊരു കാര്യം.

അടിസ്ഥാന വികസനം

സാമൂഹ്യമേഖലയിൽ നടപ്പാക്കിയ പുതിയ പദ്ധതികളുടെയും അവയാർജ്ജിച്ച നേട്ടങ്ങളുടെയും പേരിൽ അന്തർദ്ദേശീയമായിപ്പോലും പ്രശംസ പിടിച്ചുപറ്റിയ ഭരണമായിരുന്നു മുൻ മുഖ്യമന്ത്രി ദിഗ്‌വിജയ സിങ്ങിന്റേത്. അദ്ദേഹത്തിന്റെ ഭരണത്തിന്റെ അവസാന വർഷത്തിലായിരുന്നു ഞങ്ങളുടെ ഒരു യാത്ര. വിദ്യാഭ്യാസ സുരക്ഷാപദ്ധതിയും, പഞ്ചായത്ത് രാജ് സ്ഥാപനങ്ങൾ വഴി നടപ്പാക്കിയ ഭരണവികേന്ദ്രീകര

ണവുമായിരുന്നു അദ്ദേഹത്തിന്റെ ശ്രദ്ധേയമായ പദ്ധതികൾ. വിദ്യാഭ്യാസ സുരക്ഷാപദ്ധതി പ്രകാരം നാല്പതോ അതിലധിമോ കുട്ടികളുടെ രക്ഷിതാക്കൾ ചേർന്നു തങ്ങളുടെ വാസസ്ഥലത്തോ ഗ്രാമത്തിലോ ഒരു സ്കൂൾ വേണമെന്നാവശ്യപ്പെട്ടാൽ തൊണ്ണൂറു ദിവസങ്ങൾക്കകം അവിടെ ഒരദ്ധ്യാപകനു ശമ്പളം കൊടുക്കാൻ വേണ്ട തുകയുറപ്പാക്കുന്നതിന് സംസ്ഥാന സർക്കാർ ബാദ്ധ്യസ്ഥമായിരുന്നു. ഗിരിവർഗ്ഗമേഖലയിൽ 25 കുട്ടികളുടെ രക്ഷിതാക്കൾക്ക് ഈ ആവശ്യമുന്നയിക്കാമായിരുന്നു. ഗ്രാമ പഞ്ചായത്ത്, ക്ലാസുകൾ നടത്താനുള്ള സ്ഥലം കണ്ടെത്തേണ്ടിയിരുന്നു. പക്ഷേ, അദ്ധ്യാപകനെ നിയമിക്കാനുള്ള അവകാശവും ഗ്രാമപഞ്ചായത്തിനായിരുന്നു. 1997 ജനുവരിയിൽ ഈ പദ്ധതിക്കു തുടക്കമിട്ടതിനു ശേഷം 30,000 പുതിയ സ്കൂളുകൾ സംസ്ഥാനത്തു തുറക്കാനും ഗിരിവർഗ്ഗക്കാരുടെയിടയിൽ പ്രത്യേകിച്ചും കുട്ടികളുടെ സ്കൂളിൽ ചേർക്കൽ നിരക്ക് അഭൂതപൂർവ്വമായി വർദ്ധിപ്പിക്കാനും കഴിഞ്ഞതായി യു എൻ ഡി പിയുടെ 2003 ലെ മാനവ വികസന റിപ്പോർട്ടിൽ പറയുന്നു. ഈ പദ്ധതിയുടെയുംകൂടി ഫലമായി മദ്ധ്യപ്രദേശിന്റെ പൊതുസാക്ഷരതാനിരക്ക് (സ്ത്രീകളുടെയും പുരുഷന്മാരുടെയും ചേർത്ത്) 1991 ൽ 44 ശതമാനമായിരുന്നത് 2001 ൽ 64 ശതമാനമായി ഉയർന്നു. 2003 ലെ മാനവ വികസന റിപ്പോർട്ടിൽ ഇന്ത്യയിൽനിന്നും പരാമർശിച്ചിട്ടുള്ള ചുരുക്കം ചില മാതൃകാപദ്ധതികളിലൊന്നാണ് മദ്ധ്യപ്രദേശിന്റെ വിദ്യാഭ്യാസ സുര

നാണ്യവിളയായ കടുകു കൃഷിയിടത്തെ ചിത്രം

ക്ഷാപദ്ധതി. കോമൺവെൽത്തിന്റെ അന്തർദ്ദേശീയ നൂതനത്വ അവാർഡും ഈ പദ്ധതിക്കു ലഭിച്ചിട്ടുണ്ട്.

സംസ്ഥാനതലത്തിൽനിന്നും താഴേക്ക് സാമ്പത്തിക അധികാരങ്ങൾ കൂടി നല്കി ഗ്രാമസഭകളെയും മറ്റു തദ്ദേശ സ്വയംഭരണ സ്ഥാപനങ്ങളെയും ശാക്തീകരിച്ചതാണ് ദിഗ്‌വിജയസിങ്ങിന്റെ ഭരണകാലത്തെ മറ്റൊരു ശ്രദ്ധേയമായ പദ്ധതി. ഗ്രാമങ്ങളിൽ പ്രവർത്തിക്കുന്ന സർക്കാർ സ്ഥാപനങ്ങളിലെ ഡോക്ടർമാർ, അദ്ധ്യാപകർ എന്നിവരുടെ മേൽനോട്ടം പഞ്ചായത്ത്‌രാജ് സ്ഥാപനങ്ങൾക്കു നല്കിയതുവഴി ഡോക്ടർമാരുടെയും അദ്ധ്യാപകരുടെയും ഹാജർ കുറെയൊക്കെ വർദ്ധിപ്പിക്കാൻ കഴിഞ്ഞിട്ടുണ്ടെന്നും പറയപ്പെടുന്നു. ഇതുകൂടാതെ പഞ്ചായത്തുകൾ, നഗര ഭരണ സമിതികൾ, സഹകരണസ്ഥാപനങ്ങൾ എന്നിവയിൽ സ്ത്രീകൾക്കു സംവരണം ഏർപ്പെടുത്തി. ഇതിന്റെ ഫലമായി ഒരുലക്ഷത്തി ഇരുപതിനായിരത്തോളം സ്ത്രീകൾ തദ്ദേശ സ്വയംഭരണ സ്ഥാപനങ്ങളിൽ വിവിധ സ്ഥാനങ്ങൾ വഹിക്കുന്നു. സഹകരണ സ്ഥാപനങ്ങളിലെ മൂന്നിലൊന്നു സ്ഥാനങ്ങൾ സ്ത്രീകൾക്കായി സംവരണം ചെയ്തിരുന്നു.

സാമൂഹ്യമേഖലയിൽ (Social sector) മൊത്തം സംസ്ഥാന ബജറ്റിന്റെ നാല്പതു ശതമാനംവരെ ചെലവഴിച്ചെങ്കിലും വർഷങ്ങളായി അറ്റകുറ്റപ്പണികൾ നടത്താതെ തകർന്നുപോയ റോഡുകളും പരിഹാരമില്ലാതെ തുടർന്നുപോയ വൈദ്യുതി പ്രശ്നവുമായിരുന്നു സിങ്ങിന്റെ ഭരണത്തിന്റെ പരാജയങ്ങളായി അന്നത്തെ പ്രതിപക്ഷം ഉയർത്തിക്കാട്ടിയത്. ഈ ആയുധങ്ങൾ ഫലിക്കുകയും ചെയ്തു. ടെണ്ടർ വിളിച്ചു പണി നടത്തിയെന്നു തെറ്റിദ്ധരിപ്പിച്ച് കോൺട്രാക്ടർമാരും സർക്കാർ എൻജിനീയർമാരും കൂടി പണം വെട്ടിച്ച പല സംഭവങ്ങളും സംസ്ഥാനത്തു നടന്നിട്ടുള്ളതായി അന്നാട്ടുകാർ പറയുന്നു. അനവധി മണിക്കൂറുകൾ നീണ്ടുനിന്ന പവർകട്ടുകൾ ഞങ്ങൾ നേരിട്ടനുഭവിച്ചതുമാണ്. അടിസ്ഥാനമേഖലയിലെ വികസനത്തിൽ വന്ന പാളിച്ച ജനങ്ങളിലുണ്ടാക്കിയ അപ്രീതിയും ബി ജെ പി ഉത്തരേന്ത്യയിലെ മറ്റെല്ലാ സംസ്ഥാനങ്ങളിലുമെന്നപോലെ മദ്ധ്യപ്രദേശിലും സമാഹരിച്ചിട്ടുള്ള നിക്ഷിപ്തവോട്ടുകളും കൂടി ചേർന്നപ്പോഴാണ് 'ദിഗ്ഗി ദാദ' മുഖ്യമന്ത്രി പദത്തിൽനിന്നും നിലംപറ്റിയത്. സാക്ഷരതയിലുണ്ടായ വർദ്ധനവും ഗ്രാമതല ഭരണപങ്കാളിത്തവും സാമൂഹ്യമേഖലയിലെ മറ്റു നേട്ടങ്ങളുമുണ്ടായിരുന്നിട്ടും അടിസ്ഥാന മേഖലയിലുണ്ടായ പ്രകടമായ വീഴ്ചകൾ താങ്ങാൻ ജനങ്ങൾ തയ്യാറല്ലായിരുന്നു. അവരെ ആ നിലയിലേക്കുയർത്തിയതും അതേ ഭരണം തന്നെയാവാം!

ബീഹാറിന്റെ ഗംഗാമാഹാത്മ്യം

ഗംഗയുടെ മാഹാത്മ്യവും ഗംഗാതടത്തിന്റെ വിസ്തൃതിയുമാണ് ഉത്തരബീഹാറിന്റെ മുഖമുദ്ര. ഭക്ത്യാർപൂറിലും ബാഢിലും ഞാൻ താമസിച്ചിരുന്നതിനു വളരെ അടുത്തുകൂടിയാണ് ഗംഗ ഒഴുകിയിരുന്നത്. ഉത്തരബീഹാറിലെ രണ്ടു താലൂക്കു കേന്ദ്രങ്ങളാണിവ രണ്ടും. ഗംഗയുടെ ഈ ഗ്രാമ്യദൃശ്യം തികച്ചും മഹിമ നിറഞ്ഞതാണ്. നഗരതീരത്തുകൂടെ വിരിഞ്ഞൊഴുകുന്ന ഒരു സാധാരണ ആറിനേക്കാൾ വളരെ വളരെ ഗാംഭീര്യം അതിന് ഈ ഭാഗത്തുണ്ട്.

ഛോട്ടീഗംഗയും ബഡീഗംഗയുമുണ്ട് ഭക്ത്യാർപൂറിൽ. ഗംഗയുടെ ഒരു ചെറിയ കൈവഴിയാണ് ഛോട്ടീഗംഗ. ബഡീഗംഗ അതുവഴിയൊഴുകുന്ന വലിയൊരു കൈവഴിയും. ഛോട്ടീഗംഗ എന്റെ താമസസ്ഥലത്തുനിന്ന് ഏതാണ്ട് നൂറുമീറ്റർ മാത്രമകലെയായിരുന്നു.

ഛോട്ടീഗംഗ മുറിച്ചുകടന്ന് നാലു കിലോമീറ്ററോളം നടന്നുവേണം ബഡീഗംഗ കാണാൻ പോകാൻ. പായ കെട്ടിയ വഞ്ചിയാണ് ഛോട്ടീഗംഗയ്ക്കു കുറുകെയുള്ള കടത്ത്. ഒരു പഴഞ്ചൻ വള്ളം. പണ്ടിവിടെ മഴക്കാലത്ത് വഞ്ചിമുങ്ങി 45 പേർ മരിച്ചിട്ടുണ്ടെന്നു നാട്ടുകാരനായ ഒരു സഹയാത്രികൻ. ഏതായാലും ഇപ്പോൾ മഴക്കാലമല്ല. വെള്ളം അധികമില്ല. അക്കരെനിന്നും ഇക്കരെയുള്ള ചന്തയിലേക്ക് ആളുകളെയും കാർഷികോല്പന്നങ്ങളെയും കടത്തിവരുന്ന വഞ്ചി അടുത്തെത്താനായി ഞാൻ കാത്തുനിന്നു.

വഞ്ചി അടുക്കാറാവുമ്പോൾ പായയെ വിരിച്ചുനിർത്തുന്ന കെട്ടഴിക്കുന്നു. വഞ്ചി കാറ്റിന്റെ വേഗതയിൽ കരയ്ക്കു ചെന്നിടിക്കാതിരിക്കാനാവാം. തെന്നുന്ന ചെളിയിലൂടെ ഷൂസ് ഊരിപ്പിടിച്ച് ഞാൻ മുന്നോട്ടു നടന്നു. ഒരുവിധത്തിൽ നിലത്തുവീഴാതെ വഞ്ചിയിൽ കയറിപ്പറ്റി.

സ്നാനം നടക്കുന്ന ഗംഗയുടെ കൈവഴി

മനസ്സിന്റെ മുന്നറിയിപ്പ്: കുട്ടനാടൻ വള്ളങ്ങളിലെ ഇരുപ്പുസൗകര്യങ്ങളൊന്നും ഈ ഉത്തരഭാരത നൗകയിൽ പ്രതീക്ഷിക്കരുത്. വള്ളത്തിന്റെ ഒരു പലക നെടുനീളത്തിൽ ദ്രവിച്ചുകഴിഞ്ഞിരുന്നു. തകരമടിച്ചുവച്ച് ആ ഭാഗത്തുകൂടെ വെള്ളം കയറാതെ സൂക്ഷിക്കുകയാണ്. അവിടം വെള്ളത്തിൽ താഴാത്തവണ്ണം ചരിഞ്ഞാണ് ആളുകൾ ഇരിക്കുന്നതും. പൊതുജനസഹകരണത്തിന്റെ ഒരു ദൃഷ്ടാന്തം!

ബഡീഗംഗയെക്കാണാനുള്ള യാത്ര തുടങ്ങി. പായ വിടർത്തിക്കെട്ടി, വഞ്ചി കര വിട്ടു. കാറ്റിന്റെ വേഗത്തിൽ ഒരല്പം ഏങ്കോണിച്ചുപോയ വഞ്ചി ഒരഞ്ചു മിനിറ്റുകൊണ്ട് അക്കരെയെത്തി. വഞ്ചിയിറങ്ങി, വീണ്ടും തെന്നുന്ന ചെളിയിലൂടെ മുന്നോട്ടു നടന്നു.

ചരിത്രപുസ്തകങ്ങളിൽ വായിച്ചുമാത്രം അറിഞ്ഞിട്ടുള്ള വിശ്രുതമായ ഗംഗാസമതലത്തിലാണിപ്പോൾ കാല്പാദങ്ങൾ. ഭസ്മംപോലെ പരിമൃദുലമായ മണ്ണ്. ഭക്ത്യാർപൂറിൽ മണൽ വില്പനക്കാർ കൂട്ടിയിട്ടിരുന്ന മണ്ണ് ഞാൻ കൈയിലെടുത്തു നോക്കിയിരുന്നു. ഇത്ര ചെറിയ മൺതരികൾ ഞാൻ വേറെങ്ങും കണ്ടിരുന്നില്ല. എന്നല്ല, മൺതരികൾക്കെങ്ങനെ ഇത്ര ചെറുതാകാനാകും എന്നാണപ്പോൾ ഞാനതിശയിച്ചത്. ഗംഗയുടെ തഴുകലാവാം അവയ്ക്കീ നേർമ്മ നല്കുന്നത്. കാല്പാദങ്ങൾക്കു താഴെയുള്ള 'ബാലു' (മണ്ണ്) അതിലും നേർത്തതാണ്. ഗംഗ പകരുന്ന ഈർപ്പം അതിനെ ജീവസ്സുറ്റതും സമൃദ്ധിദായകവുമാക്കുന്നു.

ഫലപുഷ്ടിയുടെ ഈ അനന്തമായ വിശാലഭൂതലം അവസാനിക്കുന്നത് ഭൂമിയുടെ അങ്ങേയറ്റത്തുള്ള ചക്രവാളസീമകളിൽ മാത്രം. കണ്ണുകൾ കൊണ്ടുൾക്കൊള്ളാനാവാത്ത ചക്രവാളത്തിന്റെ മഹാവിസ്തൃതി.

ഭൂവിസ്തൃതിയുടെ ഈ മഹാദർശനത്തിന്റെ വിസ്മയത്തിൽ എന്റെ കണ്ണുകളുടെ കൃഷ്ണമണികൾ വിജൃംഭിതമാകുന്നു. ഭൂമി, ദൃശ്യഗോചരമായ അനന്തതയുടെ അന്ത്യത്തിൽ ആകാശത്തിന്റെ അരികുകളിൽ വിലയം പ്രാപിക്കുന്നു. ഈ ചക്രവാളത്തിനപ്പുറം ഭൂമിയില്ല, മറ്റു ജനപഥങ്ങളില്ല, സംസ്കാരങ്ങളില്ല. രാഷ്ട്രങ്ങളോ ഭൂഖണ്ഡങ്ങളോ പോലുമില്ല. ഈ ദൃഷ്ടിമാത്ര ഗോചരമായ അറിവിന്റെ ഉറപ്പാവാം ആര്യന്റെ ഗർവ്വിനടിസ്ഥാനം. അതുകൊണ്ട് ആര്യന് മറ്റു സംസ്കാരങ്ങളെക്കുറിച്ച് ഒന്നും തന്നെയറിയേണ്ട കാര്യമില്ല. കാരണം അവ നിലനില്ക്കുന്നുപോലുമില്ലല്ലോ. ഇനി അഥവാ അങ്ങനെ വല്ല സംസ്കാരവും നിലനില്ക്കുന്നുണ്ടെങ്കിൽത്തന്നെ, അവർകൂടി ആര്യനെക്കുറിച്ച് പഠിച്ച് അറിവ് സമ്പാദിക്കട്ടെ. അതിനല്ലേ പ്രദാൻ–ആദാൻ.

തെക്കുപടിഞ്ഞാറൻ മൺസൂൺ കഴിഞ്ഞ ഒക്ടോബർ മാസം. ഈ സമയത്തെ കൃഷി പ്രധാനമായും പച്ചക്കറികളാണ്. അതോടൊപ്പം കാബേജും കോളിഫ്ളവറും തക്കാളിയും ഉരുളക്കിഴങ്ങും വെണ്ടയ്ക്കയും മറ്റു പല പച്ചക്കറികളുമുണ്ട്. പുകയിലച്ചെടി കൃഷിചെയ്യുന്ന ചില കൃഷിയിടങ്ങളും കാണാം. എങ്ങും ഭൂവിസ്തൃതിയെ പൊതിയുന്ന സസ്യപുഷ്ടി.

ഇത്ര വിശാലമായ ഈ മണ്ണിൽ ഉടമസ്ഥതയെ വേർതിരിച്ചു കാണിക്കുന്ന അതിരുകല്ലുകൾ എങ്ങും കാൺമാനില്ലായിരുന്നു. ഓരോ കൃഷിസ്ഥലവും ആരുടേതെന്നു ദിശയും കൃഷിയും വച്ചു കണ്ടറിയാൻ ഇന്നാട്ടുകാർക്കറിയാമെന്നു നാട്ടുകാരനായ ഒരു സഹയാത്രികൻ. സർവ്വേ ചെയ്യപ്പെടാത്ത പ്രദേശത്തു കൂടിയാവാം ഞങ്ങളുടെ നടപ്പ്. ഓരോ മഴക്കാലത്തും ഗംഗ സൃഷ്ടിക്കുന്ന വിശാലമായ മൺതിട്ടകളിൽ ഒരുപക്ഷേ, സർവ്വേ നടത്തുന്നുണ്ടാവില്ല. ഗംഗയുടെ ഗതി മാറുന്നതനുസരിച്ചു ഈ മൺതിട്ടകളിൽ ചിലതിലൂടെ നദി വീണ്ടുമൊഴുകുകയും പുതിയവ സൃഷ്ടിക്കപ്പെടുകയും ചെയ്യുന്നതുകൊണ്ട് ഭൂസർവ്വേ അപ്രസക്തമാവുകയാവാം. മഴക്കാലത്തെ ഗംഗയുടെ ഈ ഗതിമാറ്റംമൂലം അനേകമാളുകൾക്ക് അവരുടെ വീടുകളും കൃഷിയിടങ്ങളും നഷ്ടമാകുന്നു. ത്രാണിയുള്ളവർ കൂടുതൽ സുരക്ഷിതസ്ഥാനങ്ങളിലേക്കു സ്ഥിരമായി താമസം മാറ്റുന്നു. കൃഷിക്കായി മാത്രമിവിടെയെത്തുന്നു. അല്ലാത്ത ബഹുഭൂരിപക്ഷം ഗംഗ സൃഷ്ടിക്കുന്ന പുതിയ മൺതിട്ടകളെ അഭയം പ്രാപിക്കുന്നു. ഗംഗയുടെ മഹിമയിൽ എല്ലാവർക്കും ആദരവു മാത്രം. ഗംഗയെ ഗംഗാജി എന്നാണ് വിളിക്കുക. ഗംഗാജിയുടെ ആക്രമണത്തിനിരയായി വീടും കൃഷിയും നശിച്ചവർക്കുപോലും അവളോടു വിരോധമില്ല.

ബഡീഗംഗയടുത്തെത്തി. ചെമ്മണ്ണിന്റെ നിറമുള്ള ജലവുമായി കൂലംകുത്തിയൊഴുകുന്ന ഗംഗയുടെ വലിയ കൈവഴി. പമ്പയെ ഓർത്തുപോയി. പമ്പയ്ക്കും മഴക്കാലത്തു ചെമ്മൺനിറമാണ്. എന്നാൽ, പമ്പയുടെ ഒരു കര നിന്നാൽ അക്കരെ കാണാം. പമ്പയുടെ ഒരു കരയിൽനിന്നും മറുകരയിലേക്കു ആളുകൾ സംസാരിക്കുകപോലും

ചെയ്യാറുണ്ട്. ഗംഗയുടെ കഥയതല്ല. ഈ കൈവഴിക്കപ്പുറം ഗംഗയുടെ എക്കൽ മണ്ണു വന്നടിഞ്ഞ ഒരു വലിയ വെൺമണൽത്തിട്ടാണ്. അതിനപ്പുറമുള്ള ഗംഗയുടെ വിശാലവും പ്രശോഭവുമായ വെള്ളിത്തിളക്കം കണ്ണഞ്ചിപ്പിക്കുന്നു. ഗംഗയുടെ അക്കര കാണാവുന്ന പ്രദേശങ്ങളുണ്ട്. എന്നാൽ, അർത്ഥമറിയാത്ത ഒരു കടങ്കഥപോലെ, ജീവിതംപോലെ ഗംഗയെ നിലനിർത്തുന്നതിലായിരുന്നു എനിക്കു താല്പര്യം.

തിരികെ നടന്നു ഛോട്ടീഗംഗയുടെ ഇക്കരെയെത്തി. അതേ വഞ്ചിക്കായി കാത്തുനിന്നു. ഗംഗാസ്നാനം അവിടെ തകൃതിയായി നടക്കുന്നു. ജലത്തിൽ ചെമ്മണ്ണു കലർന്നിരുന്നാലും അതുകൊണ്ടു നദി അശു ദ്ധമാകുകയില്ല എന്നു വിശ്വാസം.

സ്നാനഘട്ടത്തിൽനിന്നും അല്പം മാറി നദിക്കരയിൽ ഉയരം കുറഞ്ഞ വെലിഷ്പമായ രണ്ടിരുമ്പു കട്ടിലുകൾ. ഉയരമേറിയ ഇരുമ്പു തൂണുകളിലുറപ്പിച്ച മേല്ക്കൂരയിൽ ലോഹത്തിന്റെ തകിടുകൾ പാകിയിരിക്കുന്നു. മനുഷ്യൻ അവസാനമായി കിടത്തപ്പെടുന്ന കട്ടിലുകളാണിവ. ഈ കട്ടിലുകൾക്കു മുകളിൽ വിറകുമുട്ടികളും കല്ക്കരിയുമിട്ട് അവയ്ക്കു മുകളിൽ മൃതദേഹത്തെ കിടത്തുന്നു. അവിടെ അണഞ്ഞു തീർന്ന ചിതയുടെ അവശിഷ്ടങ്ങളിൽ ആരോ ഒരാൾ എന്തോ തെരഞ്ഞു പെറുക്കുന്നത് കല്ക്കരിയോ അസ്ഥിക്കഷണങ്ങളോ?

ഭക്ത്യാർപൂറിലെ റോഡരികിൽ മൃതദേഹത്തെ ധരിപ്പിക്കാനും ദഹനകർമ്മത്തിനും വേണ്ട സാധനങ്ങളുടെ അനേകം കടകൾ കാണാം. പീത

പാറ്റ്നയിലെ ഗംഗയ്ക്ക് കുറുകെയുള്ള മഹാത്മഗാന്ധി പാലം

വർണ്ണത്തിലുള്ള മുണ്ട്, അതേ നിറത്തിലുള്ള തൊപ്പി, അംഗവസ്ത്രം, ചന്ദനമുട്ടി, സുഗന്ധലേപനങ്ങൾ, ജമന്തിപ്പൂമാലകൾ എന്നിവ ഈ കടകളിൽ വില്ക്കപ്പെടുന്നു.

ഗംഗാതടത്തിന്റെ വിശാലമായ ഫലസമൃദ്ധിക്കു മുകളിൽ ജീവിതാന്ത്യത്തിന്റെ മുന്നറിയിപ്പെന്നപോലെ സ്ഥിതിചെയ്യുന്ന ശവദാഹപ്പുരകൾ നില്ക്കുന്ന ഭക്ത്യാർപൂറിൽനിന്നും എട്ടു കീലോമീറ്റർ കഴിഞ്ഞാണ് ലിമ്യൂബാദ് ഗ്രാമം. ഗംഗയുടെ കുറെക്കൂടി വിസ്തൃതവും വൈവിദ്ധ്യമാർന്നതുമായ ദൃശ്യം അവിടെ കാണാം.

വീണ്ടുമൊരു ചെറിയ യാത്ര... ഗതാഗതരംഗത്തിന്റെ സ്വകാര്യവല്ക്കരണത്തിനായി ഉലകബാങ്ക് മുറവിളി കൂട്ടുന്നു. എന്നാൽ ഗതാഗത സ്വകാര്യവല്ക്കരണം കൊണ്ടു നേടുന്ന പുരോഗതി ബീഹാറിലും ഉത്തരേന്ത്യയിലുടനീളവും കാണാവുന്നതാണ്! ചുരുക്കം ചില ദീർഘദൂര റൂട്ടുകളിലൊഴികെ ഗവൺമെന്റ് ബസുകളില്ലേയില്ല. ആ റൂട്ടുകളിൽത്തന്നെ പലതും അന്തർസംസ്ഥാന റൂട്ടുകളുമാണ്. അതുകൊണ്ടു സ്വകാര്യ കുതിരവണ്ടികൾ, സ്വകാര്യ ഓട്ടോറിക്ഷകൾ, സ്വകാര്യ വാനുകൾ, ടെമ്പോകൾ, ജീപ്പുകൾ, ബസുകൾ ഇവയാണ് ഗതാഗതസേവനം നിർവ്വഹിക്കുന്നത്. ബസുകളിൽ കയറുന്ന ആളുകൾക്കിറങ്ങിപ്പോകാൻ സാധിക്കാത്തവണ്ണം ആളുകളെ അക്ഷരാർത്ഥത്തിൽ കുത്തിനിറയ്ക്കുന്നു. ദീർഘദൂരവണ്ടികളിൽ ആളുകൾക്കിറങ്ങിപ്പോകാനുള്ള ഇടനാഴിയിലുമുണ്ട് ഇരിക്കാനുള്ള ബെഞ്ചുകൾ. അതിനു പുറമെ നില്പും. റാഞ്ചിയിൽനിന്നു കയറുന്ന ഒരാൾക്കു വഴിയിൽ മൂത്രമൊഴിക്കേണ്ടി വന്നാൽ എട്ടു മണിക്കൂറിനുശേഷം പട്നയിൽ സാധിക്കാം. ഇടയ്ക്ക് ബസ് നിർത്തുന്നത് ആളുകളെ കയറ്റാൻ മാത്രമാണ് പ്രധാനമായും.

ഓട്ടോറിക്ഷകളുടെ ഷേപ്പ് തന്നെ മാറ്റിയിരിക്കുകയാണ്. അവയുടെ മുകളിലത്തെ പ്ലാസ്റ്റിക്മൂടി നീക്കംചെയ്യുന്നു. അങ്ങനെ അനേകരെ നിർത്തിക്കൊണ്ടു പോകാവുന്ന ഒരു മഹാവാഹനമായി അവയെ മാറ്റുന്നു. ഓട്ടോയുടെ തന്നെ എൻജിനു മുകളിൽ തകരത്തിന്റെ ബോഡി പണിത്, ഒരു പത്തുപതിനഞ്ചു പേർക്കിരിക്കാവുന്ന ഓട്ടോ ടെമ്പോയാണ് മറ്റൊരു സ്വകാര്യാവിഷ്കാരം. ഇതിലൊന്നിലാണ് ഞാൻ ലിമ്യൂബാദിലേക്കു പോയത്. നില്പ്പോട്ടോയേക്കാൾ ചാർജ്ജല്പം കൂടുതലായതിനാൽ തിരക്കു കുറവാണ്. ഭാഗ്യമുണ്ടെങ്കിൽ ഒന്നിരിക്കാം. ശുദ്ധവായു, വിയർപ്പകറ്റാനുള്ള കാറ്റ് ഇവയ്ക്ക് ഇതിനുള്ളിൽ കയറുന്നവൻ അർഹനല്ല.

കുറഞ്ഞത് ഒരു ഇരുപത്തഞ്ചു കിലോമീറ്ററെങ്കിലുമില്ലാത്ത യാത്രകളിൽ ജീപ്പുകാർക്കു താല്പര്യമില്ല. അതിന്റെ നിരക്കാണെങ്കിൽ അവർ ചോദിക്കുന്നതും. സ്വകാര്യവല്ക്കരണത്തിന്റെ നേട്ടങ്ങൾ പൂർണ്ണമായും മനസ്സിലാക്കണമെങ്കിൽ ബസുകളുടെയും വാനുകളുടെയും മുകളിലേക്കു നോക്കണം. മനുഷ്യനെ പരിണാമപുരോഗതിയിൽ ഒരു പടി പുറകോട്ടു ചലിപ്പിച്ചു സ്വന്തം പൂർവ്വികരുമായി താദാത്മ്യം പ്രാപിക്കാൻ സ്വകാര്യവല്ക്കരണം സഹായിച്ചിരിക്കുന്നു. പക്ഷേ, ടിക്കറ്റെടുത്തു തന്നെയാണ്

ഈ മുകളിലിരിക്കുന്ന വാനരരും സഞ്ചരിക്കുന്നത്!

നമ്മുടെ മയിൽവാഹനം ലിമ്യൂബാദിലെത്തിയിരിക്കുന്നു. ശ്വാസ വായു തേടി ഞാൻ പുറത്തേക്കു കൂപ്പുകുത്തി. ശുദ്ധശീതളമായൊരിളം കാറ്റ് അതെനിക്കു വേണ്ടുവോളം നല്കി. ഏതോ ഒരു കടൽക്കരഗ്രാമ ത്തിന്റെ പ്രതീതിയാണ്, വെൺമണൽപ്പരപ്പും, തെങ്ങുകളും മറ്റുയരം കുറഞ്ഞ സസ്യങ്ങളുമുള്ള ആ ഗ്രാമത്തിൽ എനിക്കനുഭവപ്പെട്ടത്.

വീതികുറഞ്ഞ ഒരു വെൺമണൽ പാതയിലൂടെയാണ് ഇവിടെ ഗംഗാ തീരത്തേക്കു പോകുന്നത്. എന്നാൽ, നടപ്പൊരു പത്തുമിനിറ്റ് മാത്രം. ഇവിടെയും ചെമ്മണ്ണു കലർന്ന മഴവെള്ളവുമായി ചുഴികുത്തിയൊഴുകു കയാണ് ഗംഗ. അതിനപ്പുറം ഗംഗ തന്നെ സൃഷ്ടിക്കുന്ന വിശാലമായ മൺതിട്ട്, വീണ്ടും ഗംഗ, വീണ്ടും മൺതിട്ട്, ആ മൺതിട്ടിനപ്പുറം വീണ്ടും ഗംഗ. അതിനുമപ്പുറമെങ്ങോ മങ്ങി മങ്ങിക്കാണുന്ന കര. ഒരു കപ്പൽയാ ത്രയിൽ അകലെയെങ്ങോ കണ്ട കരയുടെ രൂപത്തെ അത് അനുസ്മരി പ്പിക്കുന്നു.

യാത്ര കുറെക്കൂടി ദീർഘമായിരുന്നതിനാൽ ജീപ്പിലാണ് ബാഡി ലേക്കു പോയത്. ഗ്രാമീണരുമായി കഴിഞ്ഞ ദിവസങ്ങളിലുണ്ടായ ഇട പഴകലിനെക്കുറിച്ചോർത്തു. ദളിതർക്ക് അവരുടെ ഗ്രാമങ്ങൾ, യാദവർക്ക് അവരുടേത്. ഉയർന്ന ജാതിക്കാർക്ക് അവരുടേത്. ഇങ്ങനെയല്ലെങ്കിൽ ഒരു ഗ്രാമത്തിന്റെ തന്നെ പല ഭാഗങ്ങളിലായി ജാതി തിരിച്ചു വേറിട്ടു താമസിക്കുന്നു.

എന്നാൽ മറ്റുചില ഉത്തരേന്ത്യൻ സംസ്ഥാനങ്ങളിൽ ദൃശ്യമാകുന്ന പ്രകടമായ സവർണ്ണമേധാവിത്വം ബീഹാറിൽ അത്രതന്നെ ദൃശ്യമല്ല. ഇടതുപക്ഷസ്വാധീനം, പതിനെട്ട് ആദിവാസി ജില്ലകളുള്ള ഝാർഖണ്ഡ് മേഖലയുടെ സ്വാധീനം, മുസ്ലീം എന്നപോലെതന്നെ സജീവമായ ക്രൈസ്തവ സാന്നിദ്ധ്യം ഇവയൊക്കെയാവാം അതിനു കാരണം.

സാമൂഹ്യബന്ധങ്ങൾ

ലല്ലുപ്രസാദ് യാദവിന്റെ നേതൃത്വത്തിൽ സംസ്ഥാനത്ത് പതിറ്റാ ണ്ടുകളായി നിലനിന്നിരുന്ന ബ്രാഹ്മണഭരണത്തിന് അറുതിവരുത്തിയ തിൽ യാദവരും മുസ്ലിങ്ങളും ദളിതരും സന്തുഷ്ടരാണ്. "ബ്രാഹ്മൺ രാജ് ഹോ ഗയാ" (കഴിഞ്ഞു) ഇതാണു യാദവരുടെ പൊതുവായ നിഗമനം. ലല്ലുവിന്റെ അഴിമതിയെക്കുറിച്ചു ചോദിച്ചാൽ "കോൻ ചോർ നഹീം ഹൈ?" (കള്ളനല്ലാത്തതാരാണ്) എന്നു യാദവരും മുസ്ലിങ്ങളും മറു ചോദ്യം ചോദിക്കും. വർഗ്ഗീയകലാപം സൃഷ്ടിക്കുന്നവരെ നിർദ്ദയം നേരി ടുമെന്ന ധാരണ ജനിപ്പിക്കുക വഴി ഒരു വലിയ പരിധിവരെ അവയെ ഒഴിവാക്കുവാൻതന്നെ ലല്ലുവിനു കഴിഞ്ഞിട്ടുണ്ട്. ഇതിൽ മുസ്ലീങ്ങൾ കൃതാർത്ഥരാണ്. ദളിതർക്കിടയിൽ ലല്ലുവിനെതിരായി ചില വിള്ളലു കൾ ഉണ്ടായിട്ടുണ്ടെങ്കിലും ഒരു വിശാലമായ ദരിദ്ര കീഴ്ജാതി ഐക്യ ത്തിൽ അവരിലെ ഒരു വിഭാഗവും ലല്ലുവിനോടൊപ്പമാണ്. കൂടാതെ ദളി

തരിൽ നല്ലൊരുപങ്ക് ജന്മിത്വത്തിനെതിരെ ധീരമായി പോരാടുന്ന സി പി ഐ (എം എൽ)യുടെ വിവിധ ഘടകങ്ങളെ പിന്തുണയ്ക്കുന്നു. ഒന്നു വ്യക്തമാണ്, സാമ്പത്തിക-സാമൂഹ്യ ഘടകങ്ങളുടെ അടിസ്ഥാനത്തിലാണ് ബീഹാറിലെ രാഷ്ട്രീയ ധ്രുവീകരണം. ജാതി അതിനെ ഊറിക്കൂടാൻ സഹായിക്കുന്ന ഒരു പ്രധാന ചാനലും. മതഭ്രാന്തിളക്കിയും വർഗ്ഗീയവൈരം സൃഷ്ടിച്ചും വോട്ടുപിടിക്കാൻ ബീഹാറിൽ അത്രതന്നെ സാദ്ധ്യമല്ല. ബീഹാറിന്റെ രാഷ്ട്രീയപ്രബുദ്ധത അതിനതീതമാണ്.

രാഷ്ട്രീയത്തിലെ ഈ പുരോഗമനം പക്ഷേ, സ്ത്രീപുരുഷ ബന്ധങ്ങളിൽ കാൺമാനില്ല. ഇക്കാര്യത്തിൽ ഉത്തരബീഹാർ മറ്റ് ഉത്തരേന്ത്യൻ സംസ്ഥാനങ്ങളെപ്പോലെതന്നെ. സ്ത്രീകളോടു നേരിട്ടന്വേഷിച്ചു വിവരങ്ങൾ ശേഖരിക്കാൻ സ്ത്രീകൾതന്നെ വേണം. എങ്കിൽപ്പോലും സ്ത്രീകളോട് ചോദിക്കുന്ന കാര്യങ്ങൾക്ക് പുരുഷന്മാർ ഉത്തരം പറഞ്ഞെന്നു വരാം. കുടുംബത്തിന്റെ ഔദ്യോഗികവക്താക്കൾ എന്നു കരുതപ്പെടുന്ന പുരുഷന്മാർ സ്ത്രീകളെ സംബന്ധിക്കുന്ന കാര്യങ്ങളിലും അഭിപ്രായം പ്രകടിപ്പിക്കാതിരിക്കുന്നതെങ്ങനെ? ജീപ്പ് ബാഡിലെത്തി. ബാഡിൽ എനിക്കു കുറച്ചു ദിവസത്തെ താമസമുണ്ടായിരുന്നു. ഇവിടുത്തെ ഗംഗാതടം ഒരു തീർത്ഥസ്നാനകേന്ദ്രമാണ്. രാവിലെ അഞ്ചുമണിമുതൽതന്നെ ഇവിടുത്തെ ക്ഷേത്രത്തിൽനിന്നും വീണാനാദം കേൾക്കാം. ഉച്ചഭാഷിണി ഉപയോഗിക്കുന്നുണ്ടാവണം. ഗംഗയുടെ ആഴംകുറഞ്ഞ ഒരു ചെറിയ കൈവഴിയാണിതിലേ ഒഴുകുന്നത്. പൂത്തുനില്ക്കുന്ന പുരാതനമായ തേക്കുമരങ്ങൾ അണിനിരന്ന ഒരു പാതയിലൂടെയാണ് ഇവിടെയെത്തുന്നത്. ഗംഗാതടത്തിന്റെ ഫലപുഷ്ടി ഇവിടെ വൃക്ഷങ്ങളിലും ചെടികളിലും കാണാം. ഈ പൂത്ത തേക്കുകൾ മാത്രമല്ല, ക്ഷേത്രപരിസരത്തുള്ള കൂറ്റൻ പേരാലുകൾ, സമീപകാല പടിഞ്ഞാറൻ പരിഷ്കൃതിയുടെ സംഭാവനയായ അരണമരങ്ങൾ, ഒരു ചെറുമരംപോലെ നിറയെ പൂക്കളുമായി പ്രശോഭിക്കുന്ന ചെയ്ഞ്ചിങ് റോസ് എന്നിവയും അതു വിളിച്ചോതുന്നു. ഭക്തിസാന്ദ്രമായ അന്തരീക്ഷത്തിൽ നടക്കുന്ന തീർത്ഥസ്നാനത്തിനു ശേഷം ആളുകൾ മൊന്തകളിലും കുപ്പികളിലും ലോട്ടകളിലും ഗംഗാജലവുമായി വീടുകളിലേക്കു പോകുന്നു. ആ വെള്ളവും ചെമ്മണ്ണുകലർന്ന ജലം തന്നെ. എങ്കിലും അതു വിശുദ്ധമാണെന്നു വിശ്വസിക്കപ്പെടുന്നു. പൂജ്യവസ്തുവായി ഉപയോഗിക്കുന്നു. ഗംഗാമാഹാത്മ്യം അതിന്റെ ലൗകികമായ അശുദ്ധിക്കുമേൽ അതിഭൗതികമായി വിരാജിക്കുന്നു.

ഝാർഖണ്ഡ് - ഗ്രാമ്യവനങ്ങൾ

അനന്തമായ സ്വപ്നസീമകൾപോലെ അതിരുകളില്ലാത്ത ഹരിത വന്യസമൃദ്ധി. മലകൾ, താഴ്‌വരകൾ, പിന്നെയും മലകൾ, താഴ്‌വരകൾ... അവയിലാകെയെന്റെ കണ്ണുകൾക്കു നീന്തി നടക്കുവാനായി ഞാൻ തീവണ്ടി ജനൽക്കലിരുന്നങ്ങോട്ടുമിങ്ങോട്ടും ചരിഞ്ഞുകൊണ്ടിരുന്നു. ജാർസുഗുഡ മുതൽ റൗർക്കേലയും കഴിഞ്ഞു റാഞ്ചിവരെയുള്ള ഏഴു മണിക്കൂർ യാത്ര മുഴുവനും അതിനപ്പുറവും ഈ ഇടവിടാതെയുള്ള വന്യ വിസ്തൃതി കാണാം. 31 ലക്ഷം ഹെക്ടറുകളിലായി വ്യാപിച്ചു കിടക്കുന്ന ഝാർഖണ്ഡിന്റെ ഈ വന്യമേഖല ഒരുപക്ഷേ, ഇന്ത്യയിലെ തന്നെ ഏറ്റവും വലുതാവാം.

വനവും ഗിരിനിരകളും

വനവും ഗ്രാമവും

പ്രാക്തനസുരക്ഷിതത്വത്തിന്റെ സ്വസ്ഥസുധീര താളത്തിൽ ചിറകടിച്ചു നീങ്ങുന്ന കൊക്കുകളുടെ വൃന്ദങ്ങൾ. കൊയ്ത്തു കഴിഞ്ഞ കണ്ടങ്ങളിൽ വംശഭേദം മറന്നു ഒരു ഗോത്രവർഗ്ഗക്കൂട്ടായ്മയിൽ മേഞ്ഞുനടക്കുന്ന മാടുകൾ, ആടുകൾ. മലകൾക്കും താഴ്വരകൾക്കും നെൽവയലുകൾക്കുമിടയിൽ അങ്ങിങ്ങുകാണുന്ന പുൽമേടുകളുടെ ഹരിതസമതലങ്ങൾ.

കാർഷിക വ്യവസ്ഥയിലും കാലിവളർത്തലിലും അധിഷ്ഠിതമായ ഇവിടത്തെ ഗ്രാമങ്ങളും വനങ്ങളുമായി ഒരു ജൈവബന്ധം തന്നെ നിലനില്ക്കുന്നു. കാടുകളെ തൊട്ടുള്ള നെൽവയലുകളുടെ കിടപ്പും ആടുമാടുകളുടെ സ്വൈരവിഹാരവുമെല്ലാം വനവും ഗ്രാമവും തമ്മിലുള്ള ഈ കൈകോർപ്പിന്റെ നിദർശനങ്ങളാണ്. ആ ഗ്രാമങ്ങളിലെ താമസം ഇതു കൂടുതൽ വ്യക്തമാക്കി. വനങ്ങളിൽനിന്നും ഉരുത്തിരിഞ്ഞവയെങ്കിലും വനത്തിൽനിന്നു വിട്ടുമാറാത്ത ഈ ഗ്രാമങ്ങളിൽ സസ്യമൃഗപ്രകൃതിയും മനുഷ്യനും തമ്മിലുള്ള കൂട്ടുചേരൽ പ്രകടമാണ്. യാതൊരുവിധമായ വളപ്രയോഗവുമില്ലാതെയാണത്രെ ഇവിടത്തെ വയലുകൾ സമൃദ്ധമായ വിളവു നല്കുന്നത്. പരിസ്ഥിതി സമതുലനാവസ്ഥ പാലിക്കുന്നതിനു പ്രകൃതിതന്നെ നല്കുന്ന പ്രതിഫലം. വൈകുന്നേരം ഗ്രാമങ്ങളിൽക്കൂടി നടക്കുമ്പോൾ വനത്തിലെ പുൽമേടുകളിലെ തീറ്റ കഴിഞ്ഞു തങ്ങളുടെ യജമാനന്മാരുടെ വാസസ്ഥലങ്ങളിലേക്ക് മടങ്ങുന്ന ആടുമാടുകളുടെ നീണ്ട വരികൾ കാണാം. ഗ്രാമങ്ങളിൽനിന്നു വനത്തിലേക്കും തിരികെയും ഈ കാലികൾ എന്നും ചലിക്കുന്നു. ഇവയുടെ ഈ യാത്രയും വനവും ഗ്രാമവും തമ്മിലുള്ള ബന്ധത്തിന്റെ മറ്റൊരു ദൃഷ്ടാന്തമാണ്.

ആരോഗ്യമേഖലയിൽ പ്രവർത്തിക്കുന്ന ഒരു സന്നദ്ധ സേവക ശൃംഖലയുടെ ചെറുകിട ആശുപത്രികളിലെയും ഡിസ്പെൻസറികളിലെയും ഗുണനിലവാരം മെച്ചപ്പെടുത്തുന്നതിനായി അവയുടെ ഉപഭോക്താക്കളായ ഗ്രാമീണരിൽനിന്നും നിർദ്ദേശങ്ങളാരാഞ്ഞുകൊണ്ടുള്ള ഒരു പഠനത്തിന്റെ ഭാഗമായാണു ഞാൻ ബീഹാറും ഝാർഖണ്ഡും സന്ദർശിച്ചത്. സ്വാഭാവികമായും എന്റെ കണ്ണുകൾ ആശുപത്രികളുടെ ഗുണത്തിൽനിന്നും ബീഹാറിന്റെയും ഝാർഖണ്ഡിന്റെയും ഗുണങ്ങളിലേക്കു കൂടി വ്യാപരിക്കുകയായിരുന്നു.

റാഞ്ചിയിൽനിന്നും ലോഹർദാഗയിലേക്കുള്ള ബസ് യാത്ര. റോഡിനിരുവശവും വൃക്ഷമാഹാത്മ്യത്തിന്റെ സൗമ്യശീതളിമ. പ്രകൃതിയുടെ ഈ സംരക്ഷകർക്കു ഇവിടെ പതിവിലേറെ കരുത്തും ഓജസ്സും. നിരനിരയായി നില്ക്കുന്ന പടുകൂറ്റൻ മാവുകൾ. അരയാൽ, പേരാൽ, ഞാവൽ... പിന്നെ മുമ്പു കണ്ടിട്ടില്ലാത്ത ഒട്ടേറെ മരങ്ങൾ. പേരറിയാത്ത മരങ്ങൾ. ഉയരങ്ങളിൽ ശിഖരംപൊട്ടി നില്ക്കുന്ന സാൾ, സകുവ (തേക്ക്) എന്നീ തടിവൃക്ഷങ്ങൾ, മദ്യപുഷ്പങ്ങളെ വിരിയിക്കുന്ന മഹുവാ, മുറിവുണക്കുന്ന എണ്ണ നല്കുന്ന എണ്ണക്കുരുക്കളെ പേറിനില്ക്കുന്ന കലഞ്ഞി, പച്ചക്കറിയായി ഉപയോഗിക്കുന്ന വലിയ വെൺതവിട്ടു പൂക്കളെ നല്കുന്ന വേറേതോ മരം. എങ്ങും വൃക്ഷങ്ങളുടെ അരൂപമായ ശിഖരവിസ്തൃതി. പേരറിയാത്ത ചില വൃക്ഷങ്ങളുടെ പേരുകൾ തദ്ദേശീയരായ എന്റെ ഗവേഷക വിവരശേഖകരാണെനിക്കു പറഞ്ഞുതന്നത്. അവയെ അടുത്തു കാണാനുള്ള അവസരം ഗ്രാമങ്ങളിലെ താമസത്തിനിടയിലുണ്ടായി. ആ വൃക്ഷനിരയ്ക്കപ്പുറം നെൽവയലുകളുടെ ശൃംഖല. അവിടെ ഇടയ്ക്കിടെ കാണുന്ന കുളങ്ങളിൽ വെയിലേറ്റു തിളങ്ങുന്ന താമരയും ആമ്പലും; നീന്തിക്കളിക്കുന്ന താറാവുകളുടെ സംഘങ്ങൾ സൃഷ്ടിക്കുന്ന കുതൂഹലവും. ബസ് മുന്നോട്ടു നീങ്ങി.

വഴിയിൽ കുഡുവിലെ അന്തിച്ചന്തയിൽ ബസ് കുറച്ചുസമയം നിർത്തി. സിംലാമുളകും, മത്തനും, കുമ്പളവും, ഇഞ്ചിയും, ചേനയും ചെറിയ ചെറിയ കൂനകളിലായി കൂട്ടിയിട്ടു വിപണനം നടത്തുന്നു. കുഡുവിലെ താമസത്തിനിടയിൽ അവിടത്തെ ദിവസച്ചന്തയിൽ കുറെ സമയം ഇറങ്ങി നടന്നു. ചന്തയുടെ ഉള്ളിലൊരു മൂലയിൽ പരിഷ്കൃത നാഗരികതയുടെ കപടനാട്യങ്ങളില്ലാതെ, മൺകുടങ്ങളുടെ ശീതളിമയിൽ വില്ക്കപ്പെടുന്ന നെല്ലിൻ കള്ള്. ഇതിന്റെ നിറവും രുചിയും തെങ്ങിൻകള്ളിനെ അനുസ്മരിപ്പിക്കുന്നു. എന്നാൽ വീര്യം അത്രതന്നെയില്ല. സ്ത്രീകളാണു ചന്തകളിൽ ഈ മദ്യവില്പന നടത്തുന്നത്. ആദിവാസി സമൂഹങ്ങളിൽ മദ്യവാറ്റിലും വില്പനയിലും സ്ത്രീകൾ ഏർപ്പെടുക സാധാരണമാണെന്ന് പിന്നീടറിയാൻ കഴിഞ്ഞു.

വെടിപ്പിന്റെ ശോഭ

ഈ ആദിവാസി ഗ്രാമങ്ങളിൽ ആരുടെയും ശ്രദ്ധയാകർഷിക്കുക

ഇവിടത്തെ വീടുകളുടെയും വീട്ടുമുറ്റങ്ങളുടെയും ശോഭനീയമായ വൃത്തിയും വെടിപ്പുമാണ്. ഒരു കരിയിലപോലുമില്ലാതെ തൂത്തുവൃത്തിയാക്കിയിരിക്കുന്ന മുറ്റങ്ങൾ. ചാണകമെഴുതിയ വീടുകളുടെ തറയും അതുപോലെ തന്നെ വെടിപ്പാണ്. എങ്ങും ഒരു മാലിന്യവും കാൺമാനില്ല. ഇന്ത്യയിലെ ഒട്ടു വളരെ സംസ്ഥാനങ്ങളിലെ ആദിവാസ്യേതര പൊതുസമൂഹത്തിൽ ഗ്രാമീണ ഫീൽഡ്‌വർക്ക് നടത്തിയിട്ടുള്ള എനിക്കു ഇത്രയും ശുചിത്വമുള്ള ഗ്രാമങ്ങൾ മറ്റെങ്ങും കാണാൻ കഴിഞ്ഞിട്ടില്ല.

ശാരീരിക ശുചിത്വത്തിന്റെ കാര്യത്തിലും ബീഹാറിലെ ആദിവാസികൾ ആരുടെയും പിന്നിലല്ല. മറ്റു ദരിദ്ര ഗ്രാമീണരുടെയിടയിൽ പല കാരണവശാലും കണ്ടുവരാറുള്ള കുളിക്കാതെ ചെമ്പിച്ചുപോയ മുടിയും മറ്റും ഇവരുടെയിടയിൽ കാണാനില്ല. 1950കളിൽ ഈ മേഖലയിൽ പ്രവർത്തിച്ചിരുന്ന ജെസ്യൂട്ട് വൈദികനായ വാൻഹൌട്ടു പറയുന്നത് ഇക്കാര്യത്തിൽ ശ്രദ്ധേയമാണ്. “ശാരീരിക ശുചിത്വത്തിന്റെ കാര്യത്തിൽ ആദിവാസികൾ നഗരവാസികളേക്കാൾ നിഷ്കർഷയുള്ളവരാണ്. അവർ പതിവായി കുളിക്കുന്നു. അവരുടെ ആൺകുട്ടികളും പെൺകുട്ടികളും അവസരം കിട്ടുമ്പോഴൊക്കെ സമീപത്തുള്ള നദികളിലോ കുളങ്ങളിലോ ചാടി മുങ്ങിക്കുളിക്കുന്നു.” പ്രകൃതിയോടുള്ള ഇനിയും വിട്ടുമാറാത്ത അടുപ്പമാവാം ഇവരുടെ പ്രകടമായ വൃത്തിയുടെയും നിദാനം. ശുദ്ധിയുടെ മൂർത്തഭാവമായ പ്രകൃതിയിലേക്കെത്തിപ്പിടിക്കാൻ ഈ പ്രകൃതിയുടെ മക്കൾ തങ്ങളുടെ ശുചിത്വ പരിപാലനത്തിലൂടെ നിരന്തരം യത്നിക്കുന്നതുപോലെ.

വീടുകൾക്കിവിടെ മൺചുമരുകളാണുള്ളത്. ചുമരുകൾക്കു മുകളിൽ ഇളംതടിപ്പട്ടികകളിൽ മലർത്തിയും കമഴ്ത്തിയും അർദ്ധവൃത്താകൃതിയിലുള്ള ഓടുകൾ പാകിയിരിക്കുന്നു. ഓടുകൾ നിർമ്മിക്കുന്നതു ഗ്രാമങ്ങളിലെ മറ്റു മൺപാത്രങ്ങൾ നിർമ്മിക്കുന്ന കുംഭാരന്മാർ തന്നെ. മലർത്തിയും കമഴ്ത്തിയും വച്ച ഈ ഓടുകൾക്കിടയിലെ വായുവിന്റെ പാളി അതിശൈത്യത്തിനും അമിത താപത്തിനുമെതിരെ ഒരു സുരക്ഷിതാവരണമായി നിലകൊള്ളുന്നു. ഈ ഓടുപാകിയ മേല്ക്കൂരയ്ക്കുമേൽ പടർന്നുകയറുന്ന മത്തനും കുമ്പളവും, അവയുടെ പീതവർണ്ണപ്പൂക്കളുടെ വിസ്മയനേത്രങ്ങളും, കൂരയുടെ ചരിവിനൊത്തു ചരിഞ്ഞു തൂങ്ങുന്ന കായ്കളും ചേർന്നു സസ്യപ്രകൃതിയോടിഴുകിച്ചേർന്ന ഒരു ജനതയുടെ ചിത്രം വീണ്ടും വ്യക്തമാക്കുന്നു.

ദാരിദ്ര്യത്തിന്റെ തുല്യത

വർഗ്ഗപരവും ലൈംഗികവുമായ അന്തരങ്ങൾ ജാതി വ്യവസ്ഥയിലധിഷ്ഠിതമായ പൊതുസമൂഹത്തിൽ കാണുന്നത്ര ഇവിടത്തെ ആദിവാസികളുടെയിടയിൽ നിലനില്ക്കുന്നില്ല. വർഗ്ഗപരമായ വ്യത്യാസത്തിന്റെ വസ്തുനിഷ്ഠമായ ഒരടിത്തറ നിലവിലില്ലാത്തതാവാം അതുടലെടുക്കാത്തതിന്റെ തന്നെ കാരണം. ഏതാണ്ടെല്ലാവരും തന്നെ ദരിദ്ര തൊഴിലാ

ളികളോ അല്പമാത്ര കർഷകരോ ആണ്. കുറെക്കൂടി കൂടുതൽ ഭൂമിയുള്ളവരോ സംഘടിതമേഖലയിൽ മെച്ചപ്പെട്ട ജോലിയുള്ളവരോ ആയ ഒരു കൂട്ടം ഇടത്തരക്കാർകൂടി ഉണ്ടെങ്കിലും ഭൂപ്രഭുക്കൾ എന്നോ മുതലാളിമാർ എന്നോ പറയാവുന്നവർ ആദിവാസികളുടെയിടയിൽ വളരെ വളരെ വിരളമാണ്, ഇല്ല എന്നു തന്നെ പറയാം. ഈ പശ്ചാത്തലത്തിൽ വർഗ്ഗപരമായ വ്യത്യാസം ഇല്ലാത്തതു സ്വാഭാവികമാണ്.

അടിസ്ഥാനപരമായ സാമ്പത്തിക വൈരുദ്ധ്യത്തിന്റെ അഭാവത്തിൽ മറ്റു സമാന്തര വൈരുദ്ധ്യങ്ങൾ ശക്തമാകാത്തതുകൊണ്ടാവാം ലൈംഗികമായ വ്യത്യാസങ്ങൾ ആദിവാസി സമൂഹത്തിൽ അത്രതന്നെയില്ലാത്തത്. ഉത്തരബീഹാറിലും ഉത്തരേന്ത്യയുടെതന്നെ മറ്റു ഭാഗങ്ങളിലുമെന്നപോലെ ഇവിടെ ഗ്രാമീണസ്ത്രീകൾ മുഖം സാരിത്തുമ്പുകൊണ്ടു മൂടി ഒളിച്ചും ഒഴിഞ്ഞും നില്ക്കുന്നില്ല. പുരുഷന്മാരോടൊപ്പം അവരും അവരുടെ അഭിപ്രായങ്ങൾ പ്രകടിപ്പിക്കുന്നു. സ്ത്രീകൾക്കു സമൂഹമദ്ധ്യേ അദൃശ്യരും, അസ്തിത്വമില്ലാത്തവരും, നാവില്ലാത്തവരുമായി നിലകൊള്ളേണ്ട ആവശ്യം ഇല്ല. ഗ്രാമതലത്തിൽ ഞങ്ങൾ സംഘടിപ്പിച്ച ചർച്ചകളിൽ സ്ത്രീകൾ സജീവമായി പങ്കെടുത്തിരുന്നു. സാധാരണയായി ഉത്തരേന്ത്യൻ പൊതുസമൂഹ ഫീൽഡ്വർക്കിൽ സ്ത്രീകൾക്കായി പ്രത്യേക ചർച്ചകൾ സംഘടിപ്പിക്കേണ്ടത് ആവശ്യമായി വരാറുണ്ട്. സ്വകാര്യസ്വഭാവമുള്ള വിഷയങ്ങളായ ലൈംഗികവും ഗർഭസംബന്ധവുമായ രോഗങ്ങൾ, കുടുംബാസൂത്രണം എന്നിവയെക്കുറിച്ചു മാത്രമാണ് ഞങ്ങളിവിടെ സ്ത്രീകൾക്കു പ്രത്യേക ചർച്ചകൾ സംഘടിപ്പിച്ചത്.

ഇന്ത്യയുടെ ഖനി

അവിഭക്ത ബീഹാറിലെ 18 ആദിവാസി പ്രാമുഖ്യമുള്ള ജില്ലകൾ കൂടാതെ ആദിവാസികൾ ഗണ്യമായ തോതിൽ അധിവസിക്കുന്ന മദ്ധ്യപ്രദേശ്, ഒറീസ്സ, പശ്ചിമബംഗാൾ എന്നീ സംസ്ഥാനങ്ങളിലെ ചില ജില്ലകളും കൂടി ഉൾപ്പെട്ട വിശാലമായ ഒരു ഭൂപ്രദേശമാണ് ഝാർഖണ്ഡ്. മുണ്ടാ, സന്താൾ, ഒറാഓൺ, ഖാരിയാ എന്നിവയാണ് ഇവിടത്തെ പ്രധാന ആദിവാസി വർഗ്ഗങ്ങൾ.

ഇന്ത്യയിൽ ഉല്പാദിപ്പിക്കപ്പെടുന്ന ഇരുമ്പ്, കല്ക്കരി, മാംഗനീസ്, ബോക്സൈറ്റ്, മൈക്ക തുടങ്ങി അനവധി ലോഹങ്ങളുടെയും ഖനനപദാർത്ഥങ്ങളുടെയും ഗണ്യമായ പങ്ക് ഝാർഖണ്ഡിലെ ഖനികളിൽ നിന്നാണു വരുന്നത്. ഈ മേഖലയിലെ ഖനിസമ്പത്തിലധിഷ്ഠിതമായി പ്രവർത്തിക്കുന്ന റൂർക്കേലയിലെയും ബൊക്കാറോയിലെയും പൊതുമേഖലാ സ്റ്റീൽഫാക്ടറികൾ, ജാംഷഡ്പൂരിലെ റ്റാറ്റാ അയേൺ ആൻഡ് സ്റ്റീൽ കമ്പനി, മറ്റു പൊതുമേഖലാ സ്ഥാപനങ്ങളായ ഇന്ത്യൻ അലൂമിനിയം കമ്പനി, ഹിന്ദുസ്ഥാൻ കോപ്പർ മൈൻസ്, സെൻട്രൽ കോൾ ലിമിറ്റഡ് തുടങ്ങിയവയും സ്ഥിതിചെയ്യുന്നതു ഝാർഖണ്ഡിലോ അതിനടുത്ത പ്രദേശങ്ങളിലോ ആണ്. ഈ വ്യവസായ സ്ഥാപനങ്ങൾക്കു വേണ്ട

സാൾ വനങ്ങൾ

വൈദ്യുതി ഉല്പാദിപ്പിക്കുവാനായി ഇവിടെയും അടുത്തുമായി പ്രവർത്തിക്കുന്ന വൈദ്യുതി പദ്ധതികളുടെ ഒരു നിരയും വേറെയുണ്ട്. ഇത്തരം മറ്റനവധി പദ്ധതികൾ തുടങ്ങാനുള്ള ശ്രമവുമായി കേന്ദ്ര-സംസ്ഥാന ഗവൺമെന്റുകൾ മുന്നോട്ടു പോകുകയുമാണ്. എന്നാൽ, ഈ വ്യവസായവല്ക്കരണ പ്രവർത്തനങ്ങളുടെ ഫലം ഈ മേഖലയ്ക്കു ലഭിക്കാത്തതിലുള്ള ശക്തമായ അമർഷം ഇന്നിവിടെ ഉടലെടുത്തിട്ടുണ്ട്. പല പദ്ധതികളും തങ്ങളെ തങ്ങളുടെ പാരമ്പര്യവാസസ്ഥാനങ്ങളിൽനിന്നും കൃഷിയിടങ്ങളിൽനിന്നും കാര്യമായ പാരിതോഷികംപോലും നല്കാതെ ഇറക്കി വിടുകയല്ലാതെ യാതൊരു പ്രയോജനവുമുണ്ടാക്കിയിട്ടില്ലെന്ന് ആദിവാസികൾ പറയുന്നു.

ഭൂമിയുടെ അന്യവല്ക്കരണം

ഈ പ്രശ്നങ്ങൾ കൂടാതെ മറ്റെല്ലാ ആദിവാസി സമൂഹങ്ങളിലുമെന്നപോലെ ഇവിടത്തെയും പ്രധാന പ്രശ്നം ആദിവാസികളുടെ ഭൂമിയുടെ അന്യവല്ക്കരണമാണ്. വസ്തു കൈമാറ്റത്തിനു പ്രോത്സാഹിപ്പിക്കുന്ന നിയമങ്ങൾ നടപ്പിലാക്കിയ ബ്രിട്ടീഷ് കാലഘട്ടം മുതല്ക്കാണ് ഈ മേഖലയിലെ ഭൂമിയുടെ അന്യവല്ക്കരണം രൂക്ഷമാകുന്നത്. ഈസ്റ്റ് ഇന്ത്യാക്കമ്പനിയും ബ്രിട്ടീഷ് ഗവൺമെന്റും ആദിവാസിത്തലവന്മാരുമായി ഉണ്ടാക്കിയ കരാറുകൾ പ്രകാരമുള്ള കരമൊടുക്കാൻ കഴിയാതെപോയ തലവന്മാർ നോക്കി നടത്തിയിരുന്ന ആദിവാസി ഗണങ്ങളുടെ വസ്തുക്കൾ

ലേലത്തിൽ വില്ക്കപ്പെട്ടു. ലേലം പിടിച്ച പലരും ഝാർഖണ്ഡിലേക്ക് മറ്റു പ്രദേശങ്ങളിൽനിന്നും വന്നുതാമസിക്കുന്നവർ ആയിരുന്നു. 1860 കളായപ്പോഴേക്കും ഭൂമി അന്യവല്ക്കരണം ഒരു പ്രധാന പ്രശ്നമായി മാറിക്കഴിഞ്ഞിരുന്നു. ജില്ലാ പര്യടനം നടത്തുന്ന ഒരു മിഷണറിയിൽനിന്നും തങ്ങളുടെ ആത്മീയനിലയെക്കുറിച്ചുള്ള അന്വേഷണങ്ങളല്ല, മറിച്ചു തങ്ങളുടെ ഭൂമി തിരിച്ചുകിട്ടാനുള്ള സഹായപ്രതീക്ഷയാണ് ആദിവാസികൾക്കുണ്ടായിരുന്നതെന്ന് ഈ മേഖലയിൽ അന്നു പ്രവർത്തിച്ചിരുന്ന ലൂഥറൻ ചർച്ചിന്റെ 1869 ലെ വാർഷിക റിപ്പോർട്ടിൽ പറയുന്നു. 1885 ൽ ഇവിടെ വ്യാപകമായ ഒരു ക്രൈസ്തവ പ്രസ്ഥാനം കെട്ടിപ്പടുക്കാനായി മേലധികാരികളാൽ നിയോഗിക്കപ്പെട്ട ജെസ്യൂട്ട് വൈദികൻ ലീവെൻസും ആദിവാസികളുടെ ഭൂപ്രശ്നത്തോടു സജീവമായി പ്രതികരിക്കേണ്ടതിന്റെ ആവശ്യകതയെക്കുറിച്ചു ബോധവാനായിരുന്നു. അദ്ദേഹത്തിന്റെ ശ്രമഫലമായി ഒട്ടനേകം ആദിവാസികൾക്കു തങ്ങളുടെ ഭൂമി തിരികെ ലഭിക്കുകയും ചെയ്തിട്ടുണ്ട്. ഇങ്ങനെ ഭൂമി ലഭിച്ചതിനു മുമ്പും പിമ്പും ആയി അനേകം ആദിവാസികൾ ലീവൻസിന്റെ മതമായ കത്തോലിക്കാ സഭയിൽ ചേരുകയും ചെയ്തു. 1903 ലെ ഛോട്ടാനാഗ്പൂർ ടെനൻസി ആക്ടും, 1908 ലെ സൻതാൾ പർഗാനാസ് സെറ്റിൽമെന്റ് ആക്ടും ഭൂമിയുടെ അന്യവല്ക്കരണ പ്രക്രിയയുടെ വേഗതയെ കുറെ പതുക്കെയാക്കാൻ സഹായിച്ചിട്ടുണ്ടെങ്കിലും നിയമത്തിന്റെ പഴുതുകളിലൂടെ ആദിവാസികളുടെ ഭൂമി മറ്റുള്ളവരിലേക്കു ധാരാളമായി കൈമാറ്റം ചെയ്യപ്പെട്ടുകൊണ്ടിരിക്കുന്നു.

ഭാഷകളും സംസ്കാരവും

ആദിവാസികളുടെ ഭാഷകളോടും സംസ്കാരത്തോടും ഇന്ത്യയിലെ 'മഹദ്സംസ്കാര'ത്തെ (great culture) പ്രതിനിധീകരിക്കുന്ന ഭരണകൂടം കാട്ടുന്ന അവഗണനയിൽ അവർ തികച്ചും അസന്തുഷ്ടരാണ്. ബ്രാഹ്മണ്യത്തിലൂന്നിയ ഈ മഹദ്സംസ്കാരം ചെറു സംസ്കാരങ്ങളായി കരുതുന്ന തങ്ങളുടേതുപോലുള്ള സംസ്കാരങ്ങളെ അംഗീകരിക്കുന്നതിൽ കാട്ടുന്ന വൈമുഖ്യത്തെക്കുറിച്ചും അവർ ബോധവാന്മാരാണ്. ഈ മേഖലയിൽ പ്രവർത്തിച്ചിരുന്ന വിദേശീയർപോലും ഇവരുടെ ഭാഷകളെയും സംസ്കാരത്തെയുംകുറിച്ചു പഠിക്കുവാനും രേഖപ്പെടുത്തുവാനും ശ്രമിച്ചിട്ടുണ്ടെങ്കിൽ ഇന്ത്യൻ മഹദ്സംസ്കാരവും പേറി ഇവിടെ എത്തിക്കൊണ്ടിരിക്കുന്ന കുടിയേറ്റക്കാർ തദ്ദേശീയ സംസ്കാരത്തെ തികഞ്ഞ അവജ്ഞയോടെയാണു വീക്ഷിക്കുന്നത് എന്ന് ആദിവാസികൾ പറയുന്നു. വിദേശീയരുടെ പ്രവർത്തനഫലമായുണ്ടായവയാണ് ഹോഫ്മാന്റെ 'എൻസൈക്ലോപീഡിയാ മുണ്ടാരിക്ക'യും ബോഡിങ്ങിന്റെ 'സന്താളീ ഡിക്ഷണറി'യും.

പതിനഞ്ചു വാല്യങ്ങളിലായി പുറത്തിറക്കിയിരിക്കുന്ന എൻസൈക്ലോപീഡിയാമുണ്ടാരിക്കാ മുണ്ടാ ഭാഷയുടെ ഒരു ഡിക്ഷണറിയും അവ

ആദിവാസി കലാകാരൻ കുൻജൻ മുകുന്ദ് സയകും സംഘവും അരങ്ങിൽ

രുടെ സംസ്കാരത്തെയും നാഗരികതയെയും സംബന്ധിക്കുന്ന ഒരു സമാഹരണവുമാണ്. ഒരു നിഘണ്ടു എന്ന നിലയിൽ മുണ്ടാ വാക്കുകളുടെ അർത്ഥം പരാമർശിക്കുന്നതു കൂടാതെ മറ്റ് ആര്യ-ദ്രാവിഡ ഭാഷകളിലും ചില ആദിവാസി ഭാഷകളിലുമുള്ള സമാന പദങ്ങളുമായി അവയെ താരതമ്യപ്പെടുത്തുകയും ചെയ്തിരിക്കുന്നു. ഇതോടൊപ്പം നാടൻപാട്ടുകൾ, കഥകൾ, കടങ്കഥകൾ എന്നിവയിലായി ചിതറിക്കിടക്കുന്ന മുണ്ടാകളുടെ പാരമ്പര്യ വിജ്ഞാനീയത്തിന്റെ ഒരു സമാഹരണം, അവരുടെ സസ്യ-മൃഗഗണങ്ങളെക്കുറിച്ചുള്ള ലഘുവിവരങ്ങൾ, അവരുടെ സംഗീതോപകരണങ്ങൾ, അവർ കൃഷി, മത്സ്യബന്ധനം, വേട്ടയാടൽ എന്നിവയ്ക്കുപയോഗിച്ചിരുന്ന ഉപകരണങ്ങളുടെ ചിത്രങ്ങൾ തുടങ്ങിയവ ഈ ഗ്രന്ഥസമുച്ചയത്തിൽ കാണാം.

മഗധ സാമ്രാജ്യത്തിനു വേണ്ട ഇരുമ്പയിർ പ്രദാനം ചെയ്തിരുന്ന ഒരു പ്രദേശമെന്നതിലുപരി ഝാർഖണ്ഡിന്റെ സ്വന്തമായ ചരിത്രാസ്തിത്വം അംഗീകരിച്ചു കൊടുക്കുവാൻ ഇന്ത്യയുടെ മഹദ് സംസ്കാരം ഒരിക്കലും തയ്യാറായിരുന്നില്ല. എന്നാൽ, ഝാർഖണ്ഡിന്റെ ആദിവാസികൾ തങ്ങളുടെ ചരിത്രം ഇതിലുമൊക്കെ വളരെ പുറകോട്ടു ഗണിക്കുന്നു. ഗംഗാസമതലത്തിലെ ആദിമനിവാസികൾ തങ്ങളായിരുന്നുവെന്നും, ദ്രാവി

ഡരോ, ആര്യന്മാരോ തങ്ങളെ കീഴടക്കി തങ്ങളിന്നു താമസിക്കുന്ന ഗിരിനിരകളിലെ വനങ്ങളിലേക്കയച്ചതാണെന്നും അവർ കരുതുന്നു. ചരിത്രകാരനായ ഡി ഡി കൊസാംബിക്കു വ്യത്യസ്തമായൊരു വാദമാണുള്ളത്. കാട് വെട്ടിത്തെളിക്കുന്നതിനാവശ്യമായ ഇരുമ്പിൽ നിർമ്മിച്ച ആയുധങ്ങളുടെ ആവിർഭാവത്തിനു മുമ്പ്, കൊടുംകാടായിരുന്നേക്കാവുന്ന ഫലപുഷ്ടമായ ഗംഗാസമതലംപോലുള്ള പ്രദേശങ്ങളിൽ കായ്കനിശേഖകർ മാത്രമായിരുന്ന ആദിവാസികൾക്കു ജീവിക്കുക തന്നെ അസാദ്ധ്യമായിരുന്നിരിക്കുമെന്ന് അദ്ദേഹം അനുമാനിക്കുന്നു. അതുകൊണ്ട് അവർ ഇന്നു ജീവിക്കുന്ന, അത്രതന്നെ നിബിഡമല്ലാത്ത താരതമ്യേന കനം കുറഞ്ഞ മലമടക്കുകളിലെ വനങ്ങളിൽ തന്നെയാവും മുമ്പും ജീവിച്ചിരുന്നതെന്നും അദ്ദേഹം സമർത്ഥിക്കുന്നു.

ഈ വാദം ശരിയായിരുന്നേക്കാം. എങ്കിലും ജനസംഖ്യയിലും പ്രദേശവിസ്തൃതിയിലും ലോകത്തിലെ ചില രാജ്യങ്ങളോടുപോലും കിടപിടിക്കാവുന്ന ഇന്ത്യയുടെ ഈ ഏറ്റവും വലിയ ആദിവാസിമേഖല ചരിത്രപരമായ പല സമസ്യകളുമുയർത്തുന്നു. ഗംഗാസമതലത്തോടു ഈ പ്രദേശത്തിനുള്ള സാമീപ്യം അവയുടെ ആഴം വർദ്ധിപ്പിക്കുന്നു. റാഞ്ചിയിൽനിന്നും പട്നയിലേക്കുള്ള ബസ് യാത്രാദൂരം വെറും എട്ടു മണിക്കൂർ മാത്രമാണ്!

ബിർസാമുണ്ടയെ സ്മരിക്കുമ്പോൾ

ഇന്നത്തെ ഝാർഖണ്ഡ് പ്രസ്ഥാനത്തിന്റെ വേരുകൾ 1832 ൽ മുണ്ടാകളുടെ സഹോദരവംശമായ കോൾ വംശജരും, 1855 ൽ സന്താളികളും 1899-1900 ൽ മുണ്ടാകളും നടത്തിയ പ്രക്ഷോഭങ്ങളിലേക്കു നീളുന്നു. 1928 ൽ ഇന്ത്യയെ ഒളിമ്പിക് ഹോക്കി സ്വർണ്ണത്തിലേക്കു നയിച്ച കേംബ്രിഡ്ജ് ബിരുദധാരിയായ ജയ്പാൽ സിങ്ങാണ് 1937 ൽ ഝാർഖണ്ഡ് പാർട്ടി എന്ന പേരിൽ ഒരു രാഷ്ട്രീയ പാർട്ടി തുടങ്ങുന്നത്. സ്വാതന്ത്ര്യപൂർവ്വകാലഘട്ടത്തിൽ ദളിതർക്കിടയിൽ അംബേദ്കർക്കുള്ളതിനു തുല്യമായ സ്ഥാനം ആദിവാസികൾക്കിടയിൽ സിങ്ങിനെ തേടിയെത്തുന്നുണ്ടായിരുന്നു. എന്നാൽ, അംബേദ്കറിൽനിന്നും വ്യത്യസ്തമായി സിങ് തന്റെ പാർട്ടിയെ കോൺഗ്രസിൽ ലയിപ്പിക്കുകയാണുണ്ടായത്. ഇതിനുശേഷമാണ് രണ്ടു പ്രധാന ഗ്രൂപ്പുകളായി മാറിയിരിക്കുന്ന ഝാർഖണ്ഡ് മുക്തി മോർച്ചയുടെ ഉദയം. ഝാർഖണ്ഡിനെ ഒരു പ്രത്യേക സംസ്ഥാനമാക്കുകയായിരുന്നു മോർച്ചയുടെ പ്രധാന ആവശ്യം.

19-ാം നൂറ്റാണ്ടിലും ഇരുപതാം നൂറ്റാണ്ടിന്റെ ആദ്യ ദശകത്തിലും ഈ മേഖലയിൽ നടന്ന ആദിവാസി പ്രക്ഷോഭങ്ങളെല്ലാംതന്നെ ആദിവാസികൾക്കനുഭവിക്കേണ്ടി വന്ന സാമ്പത്തിക ചൂഷണങ്ങൾക്കും സാമൂഹ്യവും സാംസ്കാരികവുമായ അവഹേളനങ്ങൾക്കും എതിരെ ആയിരുന്നു.

1899-1900ത്തിലെ മുണ്ടാ പ്രക്ഷോഭകാലത്തു ആദിവാസികളുടെയി

ബിർസാമുണ്ടയുടെ പ്രതിമ

ടയിൽ പ്രചാരത്തിലിരുന്ന ഒരു ഗാനം ഇക്കാര്യത്തിൽ അവരുടെ വീക്ഷണം വ്യക്തമാക്കുന്നു. അവർ പറയുന്നു:

> സൃഷ്ടിയുടെ ആരംഭത്തിൽ സിങ്ഭോംഗ ഞങ്ങൾക്കു നല്കിയ ഭൂമി ശത്രുക്കൾ തട്ടിയെടുത്തു. ജമീന്ദാർമാരും, പണം കടം കൊടുപ്പുകാരും കച്ചവടക്കാരുമായ നാട്ടുജാതിക്കാരും, സർവ്വോപരി തല

യിൽ തൊപ്പിവച്ച വെള്ളക്കാരായ സാഹിബ്ബുമാരുമാണ് ആ ശത്രുക്കൾ. എന്നാലിന്ന്, മലകൾക്കും താഴ്‌വരകൾക്കും വെളിച്ചം പകർന്നുകൊണ്ടു പുതിയ മതത്തിന്റെ സൂര്യൻ ഉദയം ചെയ്തിരിക്കുന്നു. പുലികളിൽനിന്നും പാമ്പുകളിൽനിന്നും നമ്മുടെ പൂർവ്വികർ നേടിയെടുത്ത നമ്മുടെ സ്വർഗ്ഗഭൂമി ശത്രുക്കൾ തട്ടിയെടുത്തു. നമ്മളവരെ വെറുതെ വിടരുത്. ബിർസാ ഭഗവാന്റെ നേതൃത്വത്തിൽ നമുക്കവരെ നേരിടാം.

മുണ്ടാകളുടെ വിശ്വാസപ്രകാരം ഇടതൂർന്ന വനത്തിന് നടുവിൽ അഗ്നികൊണ്ടു തെളിച്ചെടുത്ത മലമുകളിൽവച്ച് ഒരു വേനൽക്കാല മദ്ധ്യാഹ്നത്തിൽ സിങ്ബോംഗാ ബിർസായുടെ ഹൃദയത്തിൽ കടന്നു. അതെത്തുടർന്ന് ബിർസാ വെളിപാടിന്റെ വെളിച്ചം ലഭിച്ച അവതാരപുരുഷനാണെന്നും, വെള്ളത്തിന്റെ മീതെ നടക്കാനും സ്പർശംകൊണ്ടു രോഗമുക്തി നല്കാനും മരിച്ചവരെ ഉയിർപ്പിക്കാനും കഴിവുള്ള അത്ഭുതപ്രവർത്തകനാണെന്നും അദ്ദേഹം ഒരു പുതുമതത്തിന്റെ സന്ദേശവാഹകനും സ്വന്തം ജനത്തെ മണ്ഡോദരിയെന്ന രാക്ഷസറാണിയുടെ പീഡനങ്ങളിൽനിന്നും രക്ഷിക്കാൻ അവതരിച്ച പ്രവാചകനാണെന്നുമുള്ള വാർത്തകൾ നാടാകെ പരന്നു. ഈ വാർത്തകളിൽ പലതും വിമോചനം കാംക്ഷിച്ച ഒരു ജനത തങ്ങളുടെ നേതാവിനെ ഉയർത്തിക്കാട്ടുവാനായി പ്രചരിപ്പിച്ച കിംവദന്തികളായിരുന്നിരിക്കാം. എങ്കിലും അവയെ സർവ്വാത്മനാ സ്വീകരിക്കുവാൻ തയ്യാറായിരുന്നു അന്ന് ഝാർഖണ്ഡിലെ ആദിവാസി ജനത. മുണ്ടാകളുടെയും ഓറാ ഓൺമാരുടെയും ഖാരിയാകളുടെയുമിടയിൽനിന്ന്, വിദൂരവും എത്തിപ്പെടാൻ ദുസ്സഹവുമായ ചാൽക്കാഡ് എന്ന ബിർസായുടെ ജന്മദേശത്തേക്കു ഒരു തീർത്ഥാടന പ്രവാഹം തന്നെയുണ്ടായി. ആ തീർത്ഥാടകരിൽ പലരും ബിർസായുടെ വാക്കുകൾ ശ്രവിച്ചു സ്വന്തം ജന്മഭൂമിയുടെ വിമോചനത്തിനായി ആയുധം ധരിക്കുകയായിരുന്നു. 1899-1900 ത്തിലെ പ്രക്ഷോഭത്തിൽ അവർ സജീവമായി പങ്കുകൊണ്ടു.

ഹൈന്ദവ-ക്രൈസ്തവ മതങ്ങളുടെ സ്വാധീനം ബിർസായുടെ മതതത്ത്വങ്ങളിലും പ്രവർത്തനങ്ങളിലും പ്രകടമാണ്. രാവണന്റെ ഭാര്യയായ മണ്ഡോദരിയെ ബിർസയും ഒരു രാക്ഷസിയായി കണക്കാക്കുന്നു. ഇതു കൂടാതെ തങ്ങൾ സമസ്തസൗഭാഗ്യങ്ങളും അനുഭവിച്ചിരുന്ന ഒരു സുവർണ്ണ കാലമായ 'സദ്‌യുഗ'വും മണ്ഡോദരിയുടെ പീഡനമനുഭവിച്ചു ചൂഷണവിധേയരായി നഷ്ടസൗഭാഗ്യങ്ങളയവിറക്കിക്കഴിയുന്ന സമകാലീനാവസ്ഥയായ 'കലിയുഗ'വും ബിർസായുടെ അടിസ്ഥാന സങ്കല്പങ്ങളായിരുന്നു. ഈ സങ്കല്പത്തിലെ മണ്ഡോദരി റാണി അന്നു ഭാരതം ഭരിച്ചിരുന്ന വിക്ടോറിയാ രാജ്ഞിയല്ലാതെ മറ്റാരുമായിരുന്നില്ല. മുണ്ടാ പ്രക്ഷോഭം ബ്രിട്ടീഷ് കോളനിവാഴ്ചയെ തങ്ങളുടെ പ്രധാന ശത്രുവായിത്തന്നെ കണ്ടിരുന്നതിനാൽ ഈ പ്രതീകാത്മകത സംഗതമാണ്.

ദൈവത്തിന്റെ അവതാരപുരുഷനായ പ്രവാചകൻ എന്ന ആശയത്തിലും ബിർസായുടേതായി പറയപ്പെടുന്ന അത്ഭുത പ്രവർത്തനങ്ങളിലും ക്രിസ്തുമതത്തിന്റെ സ്വാധീനവും വ്യക്തമാണ്.

തങ്ങൾക്കനുഭവിക്കേണ്ടി വന്നിരുന്ന യാതനകൾക്കെല്ലാം കാരണക്കാരായി ആദിവാസികൾ കണ്ടിരുന്നത് 'ഡിക്കു'കളെയാണ്. തങ്ങളുടെ കൂട്ടത്തിൽപ്പെടാത്ത 'അവർ' 'അന്യർ' ഇതൊക്കെയായിരുന്നു ആദിവാസികൾക്കിടയിൽ ഡിക്കുവിന്റെ അക്ഷരാർത്ഥം. കൂടുതൽ സൂക്ഷ്മമായൊരു സാമൂഹ്യതലത്തിൽ തങ്ങളുടെ പ്രദേശത്തു കടന്നുവന്നു തങ്ങളെ ചൂഷണം ചെയ്തിരുന്ന ബ്രിട്ടീഷ് കോളനി വാഴ്ചക്കാരും ഹൈന്ദവ-മുസൽമാൻ കുടിയേറ്റക്കാരിലെ ഉപരിവർഗ്ഗവും ഇവരുടെയെല്ലാം പ്രതീകങ്ങളും സ്ഥാനചിഹ്നങ്ങളും അനുബന്ധങ്ങളും ഡിക്കുവിന്റെ നിർവ്വചനപരിധിയിൽ പെട്ടിരുന്നു. 'ഡി' എന്ന് ഏകവചനത്തിലും 'ഡിക്കു' എന്ന് ബഹുവചനത്തിലും അറിയപ്പെട്ടിരുന്ന ഈ ആദിവാസ്യേതര ഉപരിവർഗ്ഗത്തിനു കൊള്ളക്കാർ, ചതിയർ, ചൂഷകർ എന്നീ വിശേഷണങ്ങളാണ് ആദിവാസികൾ നല്കിയിരുന്നത്. പാമ്പ്, ദുർഭൂതം, കടുവ ഇവയാണ് ഡിക്കുവിനു മുണ്ടാരി ഭാഷയിലെ പ്രതീകങ്ങൾ.

ഡിക്കുവിൽ പ്രമുഖരായ കോളനിവാഴ്ചക്കാരോടുള്ള അമർഷത്തിന്റെ ഭാഗമായി കോളനിവാഴ്ചക്കാരുടെ ഉത്സവദിനമായ ക്രിസ്തുമസ് രാത്രിയിലാണ് മുണ്ടാ പ്രക്ഷോഭം തുടങ്ങുന്നതുതന്നെ. വെള്ളക്കാരും അവരുടെ ഭരണകേന്ദ്രങ്ങളും പ്രതീകങ്ങളുമായിരുന്ന പൊലീസ്

ആദിവാസികളുടെ സംഗീതോപകരണങ്ങൾ

സ്റ്റേഷനുകൾ, ബംഗ്ലാവുകൾ എന്നിവ മുണ്ടാ, സന്താൾ കലാപങ്ങളിൽ വ്യാപകമായി ആക്രമിക്കപ്പെട്ടു. വെള്ളക്കാരായ പൊലീസുകാർ, ഉദ്യോഗസ്ഥർ, റെയിൽവേ എഞ്ചിനീയർമാർ, പ്ലാന്റേഷനുടമകൾ എന്നിവരും ആക്രമിക്കപ്പെട്ടു. ഇവരെക്കൂടാതെ നാടൻ ഡിക്കുകളായ വൻകിട ഭൂവുടമകൾ, ജമീന്ദാർമാർ, വ്യാപാരികൾ, പണം കടംകൊടുപ്പുകാർ എന്നിവരും അക്രമത്തിനിരയായി. ദേശീയപ്രസ്ഥാനത്തിന്റെ ആവിർഭാവത്തിനു മുമ്പും അതിന്റെ പ്രാരംഭകാലത്തും നടന്ന ഈ പ്രക്ഷോഭങ്ങളെ ഇന്ത്യയിലെ കോളനി വിരുദ്ധ സമരങ്ങളുടെതന്നെ മുന്നോടിയായി കണക്കാക്കാം.

സ്വാതന്ത്ര്യാനന്തര ചരിത്രത്തിലാദ്യമായി അവിഭക്ത ബീഹാറിൽ ഉന്നതജാതികൾക്കു അധികാരം നഷ്ടമായ ഒരു രാഷ്ട്രീയ സമവാക്യം വേരുപിടിച്ചു തുടങ്ങിയതു മുതൽ ബീഹാറിനെ ചെറുതാക്കാനുള്ള ഒരു തന്ത്രത്തിന്റെ ഭാഗമായി ഇന്ത്യയിലെ ചില ദേശീയ മുഖ്യധാരാ കക്ഷികൾ ഝാർഖണ്ഡ് എന്ന പ്ലാറ്റ്ഫോമിനെ ആശ്ലേഷിക്കുവാൻ തുടങ്ങിയിരുന്നു. അതിന്റെ ഫലമായി പതിറ്റാണ്ടുകളായി നടന്നുവന്നിരുന്ന പ്രത്യേക ഝാർഖണ്ഡിനായുള്ള സമരങ്ങളെ ചരിത്രപരമായി അസംഗതമെന്നുപോലും തോന്നിപ്പിക്കുമാറ് തികച്ചും അനായാസമായി രൂപമെടുത്ത വെറുമൊരു ഭരണപരമായ രേഖയിലൂടെയാണ് ഝാർഖണ്ഡ് പൊടുന്നനവെ പിറന്നുവീണത്. ദക്ഷിണ ബീഹാറിലെ 18 ജില്ലകൾ മാത്രമാണ് ഈ ഝാർഖണ്ഡിലുള്ളത്. ഈ മേഖലയുടെ ഭാഗമായ മദ്ധ്യപ്രദേശിലെയും, ഒറീസ്സയിലെയും, പശ്ചിമബംഗാളിലെയും ജില്ലകൾ പുതിയ സംസ്ഥാനത്തിലില്ല തന്നെ. പുതിയ സംസ്ഥാനം ആരു ഭരിക്കണം എന്ന കാര്യത്തിലും സംശയമുണ്ടായിരുന്നില്ല. ഝാർഖണ്ഡിനായി സമരം നടത്തിയ കക്ഷിക്കു ജനാധിപത്യത്തിന്റെ സാങ്കേതികതയിൽ ഭൂരിപക്ഷമുണ്ടായിരുന്നില്ല. 'മുഖ്യധാരാ' കക്ഷിക്കാണതുണ്ടായിരുന്നത്. പില്ക്കാലത്തതിനു മാറ്റമുണ്ടായെങ്കിലും മുഖ്യധാരാ കക്ഷികളുടെ പ്രാമുഖ്യം ഇപ്പോഴും നിലനില്ക്കുന്നു.

ഒരു മഹാനഗരത്തിന്റെ ജീവിതം

തീവണ്ടിമാർഗ്ഗം ഒരു പ്രഭാതത്തിൽ മുംബൈയിലെത്തിയ എന്നെ സ്വീകരിച്ചത് ഒരു 21 ഗൺ സല്യൂട്ടാണ്. അവർ 21 പേരുണ്ടായിരുന്നു. ബലിഷ്ഠമായ ലിംഗങ്ങളും പ്രദർശിപ്പിച്ചു റെയിൽപ്പാളത്തിനടുത്തിരുന്ന് അവർ മലവിസർജ്ജനം നടത്തുകയായിരുന്നു. കടന്നുപോകുന്ന ട്രെയിനുകളിലെ മുഖമില്ലാത്ത ആൾക്കൂട്ടത്തിനു മുന്നിൽ അവർക്കു നാണ

മില്ല. അവർക്കു വേറെയിടങ്ങളില്ല. നാഗരികദാരിദ്ര്യം മനുഷ്യനെ നാണമറ്റവനാക്കുന്നു. 1992-93 ലെ വർഗ്ഗീയകലാപത്തിൽ മുംബൈ പ്രകടിപ്പിച്ച ഊർജ്ജം ഈയൊരു പ്രശ്നം പരിഹരിക്കുന്നതിൽ കാട്ടിയിരുന്നെങ്കിൽ മനുഷ്യനെ മൃഗാവസ്ഥയിൽനിന്നുയർത്തി നാണമുള്ളവരാക്കിത്തീർക്കാൻ കഴിയുമായിരുന്നു.

ഈ ലേഖനപരമ്പരയിലെ മറ്റ് അദ്ധ്യായങ്ങളിലെ ഹരിതസസ്യശോഭയ്ക്കും നീലജല സുതാര്യതയ്ക്കുമിടയിൽ മുംബൈയിലെ വിദ്യുത് ശകടങ്ങളുടെ കത്തുന്ന ജീവിതം കുത്തിനിറച്ച കംപാർട്ടുമെന്റുകൾ ഒരു ലോഹമുഴപോലെ എഴുന്നുതന്നെ നില്ക്കും. അതിനഗരവല്ക്കരണമെന്ന ഈ ലോഹമുഴ നമ്മുടെ സാമൂഹ്യശരീരത്തിന്റെ ഗണ്യമായൊരു ഭാഗ

മുബൈയിലെ മുൻസിപ്പൽ കോർപ്പറേഷൻ

ത്തേക്കു വ്യാപരിച്ചു വളർന്നുകഴിഞ്ഞിരിക്കുന്നതിനാൽ ഇതിനു നേരെ കണ്ണടച്ചാലും ഇതു നമ്മുടെ കൺമുന്നിൽ മുഴച്ചുതന്നെ നില്ക്കും.

2011 ലെ സെൻസസിൽനിന്നും നഗരസമുച്ചയങ്ങളുടെ വ്യതിരിക്തമായ ജനഗണനക്കണക്കുകൾ ഇപ്പോൾ ലഭ്യമാണ്. ഇതനുസരിച്ചു മുംബൈ, സബർബ്ബൻ മുംബൈ, താനെ എന്നിവയടങ്ങുന്ന മുംബൈ നഗരസമുച്ചയത്തിന്റെ ജനസംഖ്യ 1.84 കോടിയാണ്. പല ചെറിയ സംസ്ഥാനങ്ങളേക്കാളും കൂടുതൽ ജനസംഖ്യയുള്ള മുംബൈ ആണ് ഇന്ത്യയിലെ ഏറ്റവും വലിയ നഗരസമുച്ചയം. മേല്പറഞ്ഞ മൂന്നു ജില്ലകളിൽ മുംബൈയും മുംബൈ സബർബ്ബനും 100 ശതമാനം നാഗരികമാണെങ്കിൽ താനെയുടെ നാഗരിക ജനസംഖ്യ 77 ശതമാനമാണ്.

ഈ മൂന്നു ജില്ലകളിലെയും ജനസംഖ്യയ്ക്കും ജനസംഖ്യാവർദ്ധനവിനും കാരണം നഗരവല്ക്കരണവും തൊഴിൽ തേടി ഗ്രാമങ്ങളിൽ നിന്നെത്തുന്നവരുടെ കുടിയേറ്റവും ആണ്.

കൃഷിയുടെ യന്ത്രവല്ക്കരണവും കുറഞ്ഞ തൊഴിൽലഭ്യത മാത്രമുള്ള നാണ്യവിളകൾ കൂടുതലായി കൃഷി ചെയ്യാൻ തുടങ്ങിയതുമാണ് ഉപജീവനംതേടി നഗരങ്ങളിലെത്തുന്ന ഈ നഗരാഭയാർത്ഥികളെ സൃഷ്ടിക്കുന്നത്. 2011 ലെ ജനഗണനപ്രകാരം ഇന്ത്യയുടെ നാഗരിക ജനസംഖ്യയുടെ വളർച്ച ഗ്രാമീണ ജനസംഖ്യയുടെ വളർച്ചയെ കവച്ചുവച്ചു. 2001 നും 11 നുമിടയ്ക്ക് ഗ്രാമീണ ജനസംഖ്യ 90.6 ദശലക്ഷംമാത്രം വളർന്നപ്പോൾ നാഗരിക ജനസംഖ്യ 91 ദശലക്ഷം വളർന്നു. ഗ്രാമങ്ങളിലെ തൊഴിൽ ലഭ്യതക്കുറവുമൂലമുണ്ടാവുന്ന ഈ ജനവർദ്ധന ഇന്ത്യയുടെ മൊത്തം നാഗരിക ജനസംഖ്യയെ 2001 ലെ 28 ശതമാനത്തിൽനിന്നും 32 ശതമാനമായി ഉയർത്തിയിരിക്കുകയാണ്. 2011 ൽ രണ്ടു കോടിയോളം ജനങ്ങളുടെ ജീവിതപോരാട്ടം നടക്കുന്ന മുംബൈയെക്കുറിച്ചുള്ള എന്റെ നിഗമനങ്ങൾ ഒരു യാത്രയുടെ മാത്രം അടിസ്ഥാനത്തിലുള്ളതല്ല. 1985 മുതൽ 1994 വരെ 9 വർഷക്കാലം ഞാൻ മുംബൈയിൽ താമസിച്ചിരുന്നു. 1985–നു മുമ്പും ഏതാണ്ട് മൂന്നുവർഷത്തോളം തുടർച്ചയായ പോക്കുവരവുണ്ടായിരുന്നു. അതിനുശേഷവും ഇന്നും എന്റെ മുംബൈ തീർത്ഥാടനം തുടരുന്നു.

ചെന്നൈയുമായുള്ള ഒരു താരതമ്യത്തിലൂടെ കാക്കനാടൻ മുംബൈയെക്കുറിച്ചു പരാമർശിക്കുന്നത് ശ്രദ്ധേയമാണ്:

> നാരായണൻകുട്ടി മദിരാശിയിലേക്കു പ്രവേശിക്കുകയാണു ചെയ്തത്. ഇവിടെ സംഗതി നേരെ മറിച്ചായിരുന്നു. ബോംബെ നാരായണൻകുട്ടിയിലേക്കു കടന്നു.

തന്നിലേക്കെത്തുന്ന എല്ലാവരിലേക്കും തന്നെത്തന്നെ സന്നിവേശിപ്പിക്കുന്ന ഒരു മഹാനാഗരികപ്രതിഭാസമാണു മുംബൈ. മറ്റു നഗരങ്ങളിൽ നിങ്ങളുടെ ജീവിതത്തെ നിർവ്വചിക്കുവാൻ ഏറക്കുറെ നിങ്ങൾക്കാവും. എന്നാൽ, ഇവിടെ നഗരംതന്നെ നിങ്ങൾക്കായതു നിർവ്വഹിക്കും. അതിന്റെ ഭീതിദമായ സമ്മർദ്ദങ്ങൾക്കും ചിട്ടയ്ക്കും വരുതിക്കും ജീവിക്കുന്ന വെറുമൊരു കാലാൾ മാത്രമാണ് നിങ്ങൾ.

പൂർവ്വനിശ്ചിതം

കോളനിമുതലാളിത്തത്തിന്റെ ചരിത്രപശ്ചാത്തലത്തിൽ, ദേശീയ മുതലാളിത്തത്തിന്റെയും സാമ്രാജ്യത്വത്തിന്റെ പുത്തനവതാരമായ ആഗോളവല്ക്കരണത്തിന്റെയും നീരാളിപ്പിടിത്തത്തിലാണ് മുംബൈയിലെ ഓരോ പൗരന്റെയും വ്യക്തിത്വം നിർണ്ണയിക്കപ്പെടുന്നത്. മനുഷ്യന്റെ ചവുട്ടടിയുടെ നീളംമുതൽ ശ്വാസവായുവിന്റെ ലഭ്യതവരെ ഇവിടെ പൂർവ്വനിശ്ചിതമാണ്. ഓഫീസുകളിൽ എപ്പോൾ വരണമെന്നും

അവിടെ നിന്നെപ്പോൾ പോകണമെന്നുമുള്ളതു പൂർവ്വനിശ്ചിതമാണ്. ഓഫീസുകളിൽ താമസിച്ചുവരുന്നവരെ അവരുടെ മേലധികാരികൾക്കു നേരിടേണ്ടതായി വരുന്നില്ല. സമയനിഷ്ഠയുടെ ലോഹലിഖിതനിയമങ്ങൾ ഉള്ളിൽ വഹിക്കുന്ന സഹപ്രവർത്തകരുടെ നെറ്റിചുളിപ്പും പുരികം വളപ്പും കണ്ടുമടുത്ത് അവർ സ്വയം സമയത്തിനെത്തിക്കൊള്ളും. കോളനി മുതലാളിത്തത്തിന്റെ സംഭാവനയാവണം ഈ കിറുകൃത്യമായ സമയനിഷ്ഠ. സമയം പണമാണെന്ന ബോധോദയം ആദ്യമുണ്ടായതു സായിപ്പിനാണെന്നു വിചാരിക്കുന്നതല്ലേ ശരി?

കടുകിട തെറ്റാതെയുള്ള സമയനിഷ്ഠയുടെ കാര്യത്തിലെന്നപോലെ മുംബൈയിലെ വ്യക്തിജീവിതത്തിന്റെ മറ്റെല്ലാ മേഖലകളിലേക്കും ഈ പൂർവ്വനിശ്ചിതസ്വഭാവം വ്യാപരിക്കുന്നു. ഒന്നും ആരുടെയും കൈകളിലല്ല. എല്ലാം ആരൊക്കെയോ എവിടൊക്കെയോ നിന്ന് എന്നേ ചിട്ടപ്പെടുത്തിയിരിക്കുന്നു. ആ ചാക്രികചലനത്തിലേക്കങ്ങു വീണുകൊടുക്കുക മാത്രമാണ് ഓരോരുത്തരുടെയും ചരിത്രധർമ്മം. താമസസ്ഥലത്തിന്റെ വ്യാപ്തി മുതൽ അതിലിടാവുന്ന ഓരോ കഷണം ഫർണിച്ചറിന്റെയും നീളം-വീതി-പൊക്കം വരെ പൂർവ്വനിശ്ചിതമാണ്. ഹോട്ടലുകളിൽ വിളമ്പുന്ന ഭക്ഷണത്തിന്റെ അളവുമുതൽ, അവനവന്റെ വീട്ടുതീപ്പെട്ടിയിൽ ഇണ ചേരണമോ വേണ്ടയോ എന്നതും, ഇനി വേണമെങ്കിൽത്തന്നെ അതാരൊക്കെ കാൺകെ വേണമെന്നതും പൂർവ്വനിശ്ചിതമാണ്. ഫണമുയർത്തി വിഷസർപ്പങ്ങളെപ്പോലെ തുരുതുരെ പായുന്ന ഓരോ ഇലക്ട്രിക് ട്രെയിനിന്റെയും ഓരോ യാത്രയും, യാത്രയുടെ ഓരോ ഘട്ടവും നിമിഷാർദ്ധക്കണക്കിനു പൂർവ്വനിശ്ചിതമാണ്. മനുഷ്യനിവിടെ വെട്ടിമുറിക്കപ്പെടുന്നു. എല്ലാവർക്കും ഏതാണ്ടൊരേ ഉയരം. ഒരേ മുഖം. ഒരേ സ്വഭാവം. ഒരേ അനുസരണ. എല്ലാവർക്കും ഒരേ ശത്രു - അപരൻ. എല്ലാവരും സമന്മാർ. സമന്മാരല്ലാത്തവർ അദൃശ്യർ. ഇതത്രെ നഗരത്തിന്റെ നിയമസംഹിത.

റെയിൽവേ സ്റ്റേഷനിൽ പാളങ്ങളെ തമ്മിൽ ബന്ധിപ്പിക്കുന്ന ലോഹനിർമ്മിതമായ ഓവർബ്രിഡ്ജിലൂടെ അനേകായിരങ്ങൾ ഞെരുങ്ങിനീങ്ങുന്നു. ശ്വാസം വലിക്കാനുള്ള വിടവുകൾ അവരിലോരോരുത്തരും സ്വയം കണ്ടെത്തുന്നു. ഓരോരുത്തരുടെയും ഓരോ ചവുട്ടടിയും തമ്മിലുള്ള അകലം ഓവർബ്രിഡ്ജിന്റെ രണ്ടു പടവുകൾ തമ്മിലുള്ള ഒറ്റയടി അകലം മാത്രം. കാലുകളുടെ സ്വാഭാവിക ചലനതാളത്തെ ജനനിബിഡമായ ഈ ഓവർബ്രിഡ്ജുകൾക്കായി അവർ ചിട്ടപ്പെടുത്തുന്നു.

ഒരു മഹാപ്രസ്ഥാനത്തിനുള്ള ജനം ഓരോ പ്ലാറ്റ്ഫോമിലും തിങ്ങിനിറഞ്ഞുനില്ക്കുന്നു. അവർക്കിടയിൽ ഒരേ സ്ഥലത്തുനിന്നു കയറുന്ന പരസ്പരം അറിയാവുന്ന ചിലർക്കിടയിലുള്ള പരിചയബന്ധങ്ങളൊഴിച്ചാൽ, പൊതുവെ വെറും അണുവല്കൃതമായ ഒരു ജനക്കൂട്ടമാണവർ. ഇവരെല്ലാവരും രാവിലെ ഓഫീസിലോ ഫാക്ടറിയിലോ പോകാനുള്ളവരാണ്. ഓഫീസുകളും ഫാക്ടറികളും സ്ഥിതി ചെയ്യുന്ന നഗരകേന്ദ്രങ്ങ

ളിലേക്കു തിങ്ങിനിറഞ്ഞുപോകുന്ന വണ്ടികൾ. ഓരോ കംപാർട്ടുമെന്റി ന്റെയും ഇരുവശത്തെയും വാതില്ക്കൽ ഒരു കാൽവിരൽത്തുമ്പുമാത്രം അകത്തൂന്നി ഒറ്റക്കൈയിൽ തൂങ്ങി സഞ്ചരിക്കുന്ന അനേകർ. അകത്തെ ജനത്തിരക്കിൽപ്പെട്ടു കൈവിട്ടാൽ, കാലിളകിയാൽ വീഴുക മറ്റു ട്രെയി നുകൾ പായുന്ന റെയിൽവേ ലൈനുകളിലേക്കാവും. വീഴുന്നതു പ്ലാറ്റ്ഫോമിലാണെങ്കിൽ മിക്കവാറും തലയടിച്ചുതന്നെയാവും. റെയിൽവേ മരണങ്ങൾ മുംബൈ ജീവിതത്തിൽ ഒരു യാഥാർത്ഥ്യം മാത്രം. ഓടുന്ന ട്രെയിനുകളിൽനിന്നു തെറിച്ചുവീണും, നിരനിരയായി കിടക്കുന്ന റെയിൽപാളങ്ങൾക്കു മുകളിലുള്ള ഓവർബ്രിഡ്ജുകളിൽ കയറാതെ പാളങ്ങൾ മുറിച്ചുകടക്കുമ്പോഴും ഇതു സംഭവിക്കുന്നു. ചില സ്റ്റേഷനു കളിൽ 'ഡെഡ്ബോഡി റൂം' പോലുമുണ്ട്.

ഈ മരണങ്ങളിൽ പലതും ജീവിതപോരാട്ടത്തിനായുള്ള പരക്കം പാച്ചിലിൽ ഗതാഗതയന്ത്രങ്ങളോടു തോല്ക്കുന്ന പച്ചമനുഷ്യരുടേതാണ്. എങ്കിലും വ്യാവസായിക മുതലാളിത്തത്തിന്റെ സംഭാവനയായ അതി തീവ്രമായൊരു സമയബോധത്തെ മുറുകെ പുല്കുന്ന മുംബൈക്കാരൻ ഈ കാരിരുമ്പും കോൺക്രീറ്റുമൊരുക്കുന്ന മരണക്കെണികളിലേക്കു പലപ്പോഴും സ്വയം ചാടുകയാണ്. രാവിലെ 7.38 നും 7.39 നുമുള്ള വണ്ടി കൾ വരാനുണ്ടെങ്കിൽ അതിൽ 7.38 ന്റെ വണ്ടിക്കുതന്നെ കയറിപ്പോ കാൻ റെയിൽ ലൈൻ മുറിച്ചുകടന്നു പാഞ്ഞെത്തുന്നവരെ കാണാം.

മുംബൈയിലെ എന്റെ താമസത്തിനിടയിലൊരിക്കൽ സ്നേഹിത രുമൊത്ത് അല്പം മദ്യപിച്ചശേഷം, തികഞ്ഞ സുബോധാവസ്ഥയിലെ ങ്കിലും വളരെ വൈകി, രാത്രി 11.30 നു വീട്ടിലെത്തിയ എന്നെ സ്വീകരി ച്ചത് ഭാര്യയുടെ തുരുതുരാ ഉള്ള ഇടിവർഷമാണ്.ആവശ്യത്തിന് മദ്യസ ഹിഷ്ണുവും ഏറെ സമാധാനപ്രിയയുമായ എന്റെ ഭാര്യയുടെ ഈ ദ്രുത പ്രവർത്തനം എന്നെ സ്തബ്ധനാക്കി. ഞാൻ വരാൻ വളരെ താമസിച്ച പ്പോൾ ഇലക്ട്രിക് ട്രെയിനിൽനിന്നു തെറിച്ചുവീണു മരിച്ചു പോയതുമു തൽ, എന്റെ ശവം പെട്ടിയിലാക്കി കുഴിയിലേക്കു കെട്ടിയിറക്കുന്നതുവ രെയുള്ള രംഗങ്ങൾ മനസ്സിൽ കണ്ട് അവൾ തണുത്തു നിശ്ചലയായത്രേ. ആ ഇടികളിലൂടെ എന്റെ ശരീരത്തിന്റെ ജൈവാവസ്ഥയെ സ്ഥിരീകരി ക്കുകയും സ്വയം ജീവിതത്തിന്റെ ചലനാത്മകതയിലേക്കു മടങ്ങിവരു കയുമായിരുന്നു അവൾ. നഗരം മനുഷ്യരെ അസുരക്ഷിതരാക്കുന്നു. തിര ക്കൊഴിഞ്ഞ വണ്ടികൾ നോക്കി നിന്നിട്ടുകൂടിയാണ് വർളിയിൽനിന്ന് മീരാ റോഡിലുള്ള വീട്ടിലെത്താൻ അത്ര താമസിച്ചത്. ചില റൂട്ടുകളിൽ രാത്രി യിൽ ആ സമയത്തുപോലും തിരക്കു തീരുന്നില്ല.

തിരക്കിന്റെ ശാസ്ത്രം

ആദ്യമൊക്കെ പ്ലാറ്റ്ഫോമിലെയും വണ്ടികളിലെയും വൻജനക്കൂട്ട ങ്ങളെ കണ്ട് ഒഴിഞ്ഞ വണ്ടികൾക്കായി ഞാൻ തിരക്കുസമയങ്ങളിൽ പോലും കാത്തുനില്ക്കുമായിരുന്നു. വിഫലമായ അത്തരമൊരു കാത്തു

നില്പിനുശേഷം തിരക്കൊഴിഞ്ഞ കംപാർട്ടുമെന്റെന്നു കരുതി കയറിയത് ഒരു ലഗേജ് വാനിലായിരുന്നു. ധാരാളം സ്ഥലം. പക്ഷേ, ഇരിക്കാൻ സീറ്റായിട്ടല്ല. ലഗേജു വയ്ക്കുന്ന തട്ടുകളാണ് വിശാലമായ ആ കംപാർട്ടുമെന്റിന്റെ നാലുചുറ്റും. ജനലുകളില്ല, വെളിച്ചവും. വലിയ ചുമടുകളുമായി സഞ്ചരിക്കുന്ന കൂലിക്കാരാണ് അതിലെ യാത്രക്കാർ. ആ ലഗേജു തട്ടുകളിൽ ഇരുന്നും നടുക്കു തൂങ്ങിപ്പിടിച്ചുനിന്നും അവർ സഞ്ചരിക്കുന്നു. അവരൊക്കെ ഏതു തരക്കാരാണെന്നാർക്കറിയാം? മുംബൈ പരിചയമില്ലാത്ത ഒരാളാണു ഞാനെന്നവർക്കു മനസ്സിലാവുകയും ചെയ്തു. ഏതായാലും കുഴപ്പമൊന്നുമില്ലാതെ എന്നാൽ അതീവ ജാള്യതയോടെ ഞാനന്നു ചർച്ചുഗേറ്റിലെത്തി.

ശരീരത്തിലെ ഓരോ അവയവത്തിലെയും സമസ്തശക്തിയുമെടുത്തിടിച്ചല്ലാതെ മുംബൈയിലെ ട്രെയിൻ കംപാർട്ടുമെന്റുകളിൽ കയറിപ്പറ്റാനാവില്ലെന്നു പിന്നീടു മനസ്സിലായി. ഓരോ മനുഷ്യനും എല്ലാ ദിവസവും ചെയ്യുന്നതതാണ്. ഓരോ ദിവസവും നിലനില്പിന്റെ സമരം അതിന്റെ എല്ലാ രൂക്ഷതയിലും അരങ്ങേറുകയാണീ പ്ലാറ്റ്ഫോമുകളിൽ.

ഈ ജനനിബിഡമായ പ്ലാറ്റ്ഫോമുകളും ഓവർബ്രിഡ്ജുകളും വലിയ വലിയ ആൾക്കൂട്ടങ്ങളെ വഹിച്ചുകൊണ്ടു വിരുദ്ധദൂരങ്ങളിൽ പായുന്ന വൈദ്യുതശകടങ്ങളും കാൺകെതന്നെ നാട്ടുമ്പുറത്തുകാരന്റെ ഹൃദയം ഞെരുങ്ങുന്നു. വി റ്റിയിൽ ആദ്യമായി വണ്ടിയിറങ്ങിയ ഒരു ഗ്രാമീണസുഹൃത്ത് പറഞ്ഞു: "പത്തു മിനിട്ടോളം നിശ്ചലമായിനിന്ന് ആ വിശാലഭീകരതയെ ഉൾക്കൊള്ളാൻ ശ്രമിച്ചു. ജീവിക്കേണ്ട നഗരമാണല്ലോ?"

മുംബൈയിലെ എന്റെ താമസത്തിന്റെ ആദ്യവർഷങ്ങളിൽ യൂണിവേഴ്സിറ്റി കാമ്പസിലെ ഗവേഷണ വിദ്യാർത്ഥിയായിരുന്ന എനിക്ക് അധികമൊന്നും കാമ്പസിനു പുറത്തു പോകേണ്ടിയിരുന്നില്ല. സാന്താക്രൂസ് മുതൽ കുർള വരെയുള്ള പ്രദേശത്തു നീന്തിയിരുന്ന ഒരാമ മാത്രമായിരുന്നു ഞാൻ. വളരെ ചുരുക്കമായി പോയിരുന്ന ഇതര ഗ്രന്ഥാലയങ്ങളിലും ഒരു വലിയ പരിധിവരെ ബസിൽ പോകാമായിരുന്നു. ഏഷ്യാറ്റിക് സൊസൈറ്റി ലൈബ്രറിയും ഫോർട്ട് ലൈബ്രറിയും മാത്രമായിരുന്നു അകലത്ത്. അതുകൊണ്ട്, അത്യാവശ്യത്തിനു മാത്രമേ എനിക്കു സാന്താക്രൂസ്-കുർളാ തടാകത്തിനു പുറത്തേക്കു കഴുത്തു നീട്ടേണ്ടതായി വന്നിട്ടുള്ളു. വിദ്യാർത്ഥി ജീവിതം അവസാനിച്ചു ജോലി ചെയ്തു ജീവിക്കാൻ തുടങ്ങുമ്പോൾ എന്റെ താമസം ഹാർബർ ലൈനിലുള്ള ആന്റോപ് ഹില്ലിലായിരുന്നതിനാൽ യാത്ര ഏറക്കുറെ ക്ലേശരഹിതമായിരുന്നു. നഗര സിരാകേന്ദ്രങ്ങളെ അത്രതന്നെ തൊട്ടുഴിയാതെ താരതമ്യേന ദരിദ്രമായ പ്രദേശങ്ങളിലൂടെ പോകുന്ന ഹാർബർലൈൻ എനിക്കൊരാശ്വാസമായിരുന്നു. എന്നാൽ ഇന്ന് 'നവീന മുംബൈ'യുടെ ആവിർഭാവത്തോടെ ഈ റൂട്ടും തിരക്കുപിടിച്ചതായിക്കഴിഞ്ഞു. പില്ക്കാലത്തു നഗരപ്രാന്തത്തിലുള്ള മീരാറോഡിലേക്കു താമസം മാറ്റിയതോ

ടെയാണ് എന്റെ ശരിയായ മുംബൈ ജീവിതം ആരംഭിക്കുന്നത്. അപ്പോഴേക്കും ഫസ്റ്റ് ക്ലാസിൽ സീസൺ ടിക്കറ്റെടുത്തുള്ള സഞ്ചാരം തുടങ്ങിയിരുന്നു.

ഇന്ത്യൻ റെയിൽവേയുടെ മറ്റു വണ്ടികളിലെ ഫസ്റ്റ് ക്ലാസും മുംബൈ സബർബ്ബൻ ട്രെയിനുകളിലെ ഫസ്റ്റ് ക്ലാസും തമ്മിൽ യാതൊരു താരതമ്യവുമില്ല. ഇരിക്കാനുള്ള മഹാഭാഗ്യമുണ്ടായാൽ നിങ്ങളുടെ പൃഷ്ഠമിരിക്കുന്നത് ഒരു കുഷ്യൻ സീറ്റിലാവും. സെക്കൻഡ് ക്ലാസിൽ അതൊരു തടി സീറ്റിലും. അത്രമാത്രമാണു വ്യത്യാസം. പക്ഷേ, ഇരിപ്പ് എന്നത് ഫസ്റ്റ് ക്ലാസിൽപോലും ഏതാണ്ട് തീർത്തും അസാദ്ധ്യമാകയാൽ ഈ സീറ്റുകളുടെ നിലവാരം തീർത്തും അപ്രസക്തമാണ്. കയറുന്ന സ്റ്റേഷൻ വലിയ തിരക്കുള്ളതല്ലെങ്കിൽ ഫസ്റ്റ് ക്ലാസിൽ ഒരുവിധം കയറിപ്പറ്റാം. അതുപോലെതന്നെ ഇറങ്ങാൻ അധികമാളുകളില്ലാത്ത സ്റ്റേഷനാണെങ്കിൽ താരതമ്യേന സുരക്ഷിതമായി ഇറങ്ങാം. കയറുമ്പോഴും ഇറങ്ങുമ്പോഴും സെക്കൻഡ് ക്ലാസിനെ അപേക്ഷിച്ച് ജീവനു നല്കുന്ന ഈ അല്പമാത്രമായ സംരക്ഷണമാണ് ഫസ്റ്റ് ക്ലാസും സെക്കൻഡ് ക്ലാസും തമ്മിലുള്ള പ്രസക്തമായ ഏക അന്തരം.

ഒരുവിധം ശ്വാസം വലിച്ചുനില്ക്കാം. ചുറ്റുപാടു നിന്നുമുള്ള സ്റ്റീം റോളിങ് സെക്കൻഡ് ക്ലാസിലെപ്പോലെ ഇവിടെയുമുണ്ട്. അതിന്റെ രൂക്ഷത അല്പം കുറവാണെന്നു മാത്രം. മുംബൈക്കാർ ഇതിനു 'മസാജ്' എന്നു പറയുന്നു. അല്ലെങ്കിലും ദേഹം വിങ്ങുന്ന തള്ളിന്റെ നടുവിലും പത്രം മേലുകീഴായി നാലായി മടക്കിവായിക്കാനും കിങ്ങിണി കൊട്ടിപ്പാടാനും മസാജ് ആസ്വദിക്കാനുമൊക്കെ ഒരു മുംബൈയറ്റിനല്ലാതെ മറ്റാർക്കാണു കഴിയുക? ഏറ്റവും അസഹ്യം ഇതിൽ സഞ്ചരിക്കുന്ന ജീവൻ സംരക്ഷകർ ഇസ്തിരിയിട്ട വസ്ത്രങ്ങളുടെ ഋജുവായ മടക്കുകൾ നിലനിർത്താൻ നടത്തുന്ന തത്രപ്പാടും അതിന്റെ പേരിൽ പൊട്ടിവീഴുന്ന സംഘർഷങ്ങളുമാണ്.

“തള്ളുണ്ടായിരിക്കാം. അത് അസഹ്യവുമായിരിക്കാം. പക്ഷേ, നിങ്ങൾക്കെന്നെ മുട്ടാനൊക്കില്ല. കാരണം ഫസ്റ്റ് ക്ലാസിലാണ് ഞാൻ സഞ്ചരിക്കുന്നത്.” ഇതാണ് തള്ളിനിടയിൽ വിങ്ങിനില്ക്കുന്ന ഓരോ മാന്യന്റെയും നിലപാട്!

സെക്കൻഡ് ക്ലാസിലെന്നപോലെ ഇവിടെയും സാധാരണഗതിയിൽ ഇറങ്ങേണ്ട സ്റ്റേഷന് ഒന്നോ രണ്ടോ സ്റ്റേഷൻ മുമ്പായിത്തന്നെ ഇറങ്ങാനുള്ള തയ്യാറെടുപ്പു നടത്തണം. ജനക്കൂട്ടത്തിനിടയിലൂടെ, ഒരിടുങ്ങിയ കുഴലിലൂടെയെന്നവണ്ണം ഓരോ ഇഞ്ചും അളന്നളന്നു മുന്നോട്ടു നീങ്ങണം. ഒടുവിൽ ആ ജനകീയ തുരങ്കത്തിനു മുമ്പിൽ വെളിച്ചം പ്രത്യക്ഷപ്പെടും. ഓരോ സ്റ്റേഷനും ഓരോ അടയാളങ്ങളുണ്ട്. അന്ധേരിയുടെ നിറം പച്ചയാണ്. അടയാളങ്ങളനുസരിച്ച് ഇറങ്ങേണ്ട സ്റ്റേഷനായെങ്കിൽ ട്രെയിൻ വിട്ടുപോകും മുമ്പ് സുരക്ഷിതമായി പ്ലാറ്റ്ഫോമിൽ ലാൻഡ് ചെയ്യുക. അടയാളങ്ങൾ നോക്കിയല്ല ഇറങ്ങിയതെങ്കിൽ മുന്നോട്ടോ

പിന്നോട്ടോ വീണ്ടും യാത്ര ചെയ്യേണ്ടിവരും ഉദ്ദിഷ്ട സ്ഥലത്തെത്താൻ. സീസൺ ടിക്കറ്റുണ്ടെങ്കിൽ, അല്പം വൈക്ലബ്യമൊഴിച്ചാൽ മുന്നിലോ പിന്നിലോ ഇറങ്ങുന്നതൊരു പ്രശ്നമല്ല. വേറെ ടിക്കറ്റെടുക്കാൻ 'ക്യൂ' എന്ന മഹാസ്ഥാപനത്തിലകപ്പെടാതെ മറ്റൊരു വണ്ടിയിൽ കയറി എത്തേണ്ട സ്ഥലത്തെത്താം. മുംബൈയിൽ വ്യഭിചാരത്തെയോ കൊല പാതകത്തെയോക്കാൾ വലിയ പാതകമാണ് 'ക്യൂ' മുറിച്ചു മുന്നോട്ടു കടക്കുന്നത്. എന്തും സംഭവിക്കാം അങ്ങനെ ചെയ്താൽ. ഓരോരുത്തനും ഓരോ സമയത്തും ഓരോ സ്ഥാനം നിശ്ചയിച്ചു വച്ചിട്ടുണ്ട്. എന്തുതന്നെ ആവശ്യമായിരുന്നാലും അതിന്റെ പവിത്രതയെ ചോദ്യം ചെയ്യരുത്. എല്ലായിടത്തും ഈ ക്യൂ എന്ന സ്ഥാപനമുണ്ട്. വലിയ സ്റ്റേഷനുകളിൽ മൂത്രശങ്ക തീർക്കാൻപോലും! ശങ്ക തുടങ്ങും മുമ്പേ ക്യൂവിൽ നിന്നാൽ മുന്നിലെത്തി ശങ്ക തീർത്തുപോകാം.

ദൈനംദിനമുള്ള ഈ ട്രെയിൻ യാത്രകളിൽ കാണുന്നത് മുംബൈയിലെ സാമൂഹികജീവിതത്തിന്റെതന്നെ ഒരു പരിച്ഛേദമാണ്. സെൽ ഫോണിലൂടെ ക്രിക്കറ്റ് കമന്ററി കേട്ടു "ഹാ ഹൂ" എന്നു വിളിക്കുന്നതും സഹയാത്രികരുടെ ഇംഗിതമറിയാതെ ഏതെങ്കിലും ബാബയുടെ സ്തുതിഗീതങ്ങൾ കിങ്ങിണികൊട്ടിപ്പാടുന്നതും, സെല്ലുലാർ ഫോണിലൂടെ പരസ്യമായി ഭാര്യയോടും ഗേൾഫ്രണ്ടിനോടും സല്ലപിക്കുന്നതും ബാൽ താക്കറെയുടെ ഏറ്റവുമൊടുവിലത്തെ പ്രസ്താവന ചർച്ച ചെയ്യുന്നതും സ്റ്റോക് എക്സ്ചേഞ്ച്, റിയൽ എസ്റ്റേറ്റ്, കമ്പനികളിലെ ഉദ്യോഗക്കയറ്റമിറക്കങ്ങൾ, ഓഫീസുകളിലെ രാഷ്ട്രീയം എന്നിവയൊക്കെ ഫസ്റ്റ് ക്ലാസ് കംപാർട്ടുമെന്റുകളിലെ ക്രിയാവിക്രിയകളും വിഷയങ്ങളുമാണ്. ഈ സംസാരങ്ങളുടെയിടയിൽ ഇന്ത്യൻ മതേതരത്വത്തെയോ ഭരണഘടനയ്ക്കുപോലും അതീതമായി വളർന്നുവരുന്ന വർഗ്ഗീയതയെയോ സ്പർശിക്കുന്ന ഒരു ചർച്ച ആരും തുടങ്ങിവയ്ക്കരുത്. മുംബൈയുടെ ഒരു വലിയ പങ്ക് വർഗ്ഗീകരിക്കപ്പെട്ടുകഴിഞ്ഞു. ശിവസേനയുടെ മുഖപത്രമായ 'സാമ്ന' വായിക്കുന്ന അഭ്യസ്തവിദ്യന്മാരായ മാന്യന്മാരെ എത്ര വേണമെങ്കിലും ഈ ഫസ്റ്റ് ക്ലാസ് കംപാർട്ടുമെന്റുകളിൽ കാണാം. അഭ്യസ്തവിദ്യരായ ഇത്തരക്കാരുടെ നിലയിതാണെങ്കിൽ അല്പമാത്ര സാക്ഷരരോ അല്പവിദ്യാഭ്യാസികളോ ആയ സാധാരണ നാഗരികർ വർഗ്ഗീയതയുടെ പിടിയിലമരുന്നതിൽ അത്ഭുതത്തിനിടമില്ല. ഇങ്ങനെയെങ്കിൽ സാക്ഷരത, വിദ്യാഭ്യാസം, സാമ്പത്തിക പുരോഗതി, നഗരവല്ക്കരണം എന്നിവയിലൂന്നിയ ആധുനികവല്ക്കരണത്തിന്റെ വളരെയേറെ കൊട്ടിഘോഷിക്കപ്പെടുന്ന പ്രസക്തിയെന്താണ്? നാഗരിക സംസ്കാരത്തിന്റെതന്നെ പ്രയോജനമെന്താണ്? വിദ്യാഭ്യാസം, പ്രായം, ലൈംഗികാന്തരം, സാമ്പത്തിക നിലവാരം ഇവയ്ക്കെല്ലാമതീതമായി വർഗ്ഗീയ കിംവദന്തികളും പ്രചരണവും ദ്രുതഗതിയിൽ ആളിപ്പടർത്താൻ പറ്റിയ ഇന്ത്യയിലെ ഏറ്റവും വലിയ ഒരു ജനസമുച്ചയമാണ് മുംബൈയിലിന്നുള്ളത്. ഈ നഗ്നസത്യമാണ് 1992-93 ലെ വർഗ്ഗീയകലാപത്തിൽ തൊലിയുരിക്കപ്പെട്ടത്.

പാർപ്പിടങ്ങൾ

ഗതാഗതം പോലെത്തന്നെ മുംബൈയിലെ ജനജീവിതത്തിന്റെ അസഹ്യമായ യാഥാർത്ഥ്യങ്ങളിലൊന്നാണ് അവിടത്തെ പാർപ്പിടങ്ങൾ. ഞാൻ ജോലി ചെയ്തിരുന്ന സ്ഥാപനത്തിനടുത്തുള്ള ഒരു സ്വകാര്യ കമ്പനിയിൽ അക്കൗണ്ട് ക്ലർക്കായി ജോലി ചെയ്യുകയായിരുന്നു ഡിസിൽവ. ഉച്ചയ്ക്കു ടിഫിൻ കൊണ്ടുപോകാത്ത ദിവസങ്ങളിൽ ഞാനും ഡിസിൽവയും സമീപത്തുള്ള ഒരു ചെറിയ ഹോട്ടലിൽവച്ചു കണ്ടുമുട്ടാറുണ്ടായിരുന്നു. എന്റെ ക്രൈസ്തവ നാമധേയം ഡിസിൽവയെ എന്നിലേക്കടുപ്പിച്ചു. അടുപ്പങ്ങൾ ഉണ്ടാക്കുക നന്നേ പ്രയാസമായിരുന്ന മുംബൈയിൽ ഞാനാ സൗഹൃദത്തിനൊരു സെക്യുലർ തടയിടാൻ പ്രത്യേകിച്ചു പണിപ്പെട്ടുമില്ല. അങ്ങനെയാണൊരു ദിവസം അയാളെന്നെ ഞായറാഴ്ചയിലെ ഉച്ചയൂണിനു വീട്ടിലേക്കു ക്ഷണിച്ചത്.

മാസ്ഗോണിൽ ഗോവക്കാർ മാത്രം താമസിച്ചിരുന്ന ഒരു കെട്ടിടസമുച്ചയത്തിലായിരുന്നു ഡിസിൽവയുടെ വാസം. ഒട്ടനേകം ചെറുചെറു ഫ്ളാറ്റുകളുടെ ഉന്നത ശൃംഖലകളായിരുന്നു ആ സമുച്ചയത്തിലെ ഓരോ കെട്ടിടവും. നിരനിരയായി നിർമ്മിച്ചിരുന്ന മൂന്നോ നാലോ അടിമാത്രം നീളമുള്ള ബാൽക്കണികളിൽ തൂക്കിയിട്ടിരുന്ന തുണികൾ അവിടത്തെ ജനനിബിഡത വിളിച്ചോതുന്നതായിരുന്നു. ആ കിളിവാതിലുകളും ഒന്നോ രണ്ടോ ജനലുകളും മാത്രമാണ് മുംബൈയിലെ ചെറു ഫ്ളാറ്റുകൾക്ക് കാറ്റും വെളിച്ചവുമെത്തിക്കുന്ന ബഹിർദ്വാരങ്ങൾ. അലക്കിയ തുണികളുണങ്ങാനും ഈ ബാൽക്കണികളല്ലാതെ വേറെയിടമില്ല.

ഒരു മുറിയും അടുക്കളയും ബാത്റൂമും ചേർന്നതാണ് വീട്. അടുക്കളയെന്നു പറയാനായി അങ്ങനെ പ്രത്യേകമായൊന്നുമില്ല. പ്രധാന മുറിയുടെ ഒരു കോണിൽ പുറംവാതിലിനോടു ചേർന്നു ഒരു മേശയോളം വരുന്ന പാതകവും അതിന്റെ പകുതിയോളമുള്ള, കുത്തിയിരുന്നു പാത്രങ്ങൾ കഴുകേണ്ട ഒരു സിങ്കുമടങ്ങുന്നതാണ് അടുക്കള. പ്രധാനമുറിയുടെ മറ്റൊരു വശത്തായി ലാട്രിനും കുളിമുറിയും. രണ്ടും മനുഷ്യശരീരത്തിന്റെ നീളം വീതികൾ ശരിക്കറിയാവുന്നവർ പണിതിരിക്കുന്നവ. ശ്വാസവായുവിനായിപോലും സ്ഥലം നഷ്ടപ്പെടുത്താതെ പണിഞ്ഞവ. ഒരാൾക്കു ഒരുവിധം നില്ക്കാം, തിരിയാം. ഒന്നിന്റെ പേരിലുമൊരു പാഴ്ച്ചെലവ് പാടില്ലല്ലോ? വെള്ളം വരുന്ന ചുരുക്കം ചില നിമിഷങ്ങളിൽ അതു പിടിച്ചുവയ്ക്കാനുള്ള ഒരു വീപ്പയ്ക്കുള്ള സ്ഥലം കുളിമുറിയിലും ഒരു ചെറിയ ബക്കറ്റുവയ്ക്കാനുള്ള സ്ഥലം ലാട്രിനിലും ഉണ്ട് എന്നത് എടുത്തു പറയേണ്ട ഒരു വസ്തുതയാണ്!

പ്രധാന മുറിയിലെ മുഖ്യ ഉരുപ്പടി അത്തരം ചെറിയ വാസസ്ഥലങ്ങൾക്കായി പ്രത്യേകം നിർമ്മിക്കുന്ന ഒരു ഡബിൾകോട്ടാണ്. 5.5 അടി നീളവും 4.5 അടി വീതിയും കാണും. മുംബൈയിലെ സാധാരണ ഫർണിച്ചർ കടകളിൽ സാധാരണയായി ലഭിക്കുന്ന ഡബിൾ കോട്ടുകളുടെ

വലുപ്പം ഇതാണ്. 5.5 അടിയിൽ കൂടുതൽ പൊക്കമുള്ളവർക്ക് അവരുടെ കാലുകൾ ഇടർച്ച വരുത്തുന്നുവെങ്കിൽ അവ ഛേദിച്ചുകളയാം.

ഈ കട്ടിൽ വെറുമൊരു കിടപ്പുസ്ഥലമല്ല. നഗരഗൃഹങ്ങളുടെയെല്ലാം നിലവറയാണ്. വിലപിടിപ്പുള്ളതും അല്ലാത്തതും മറ്റെങ്ങും വയ്ക്കാനിടമില്ലാത്തതുമായ ഒട്ടേറെ സാമഗ്രികൾ ഈ നിലവറയ്ക്കുള്ളിൽ കാണും. മുകളിലെ പലകപ്പാതികളിൽ ഘടിപ്പിച്ച വ്യാപിരികൾകൊണ്ട് ഇതിനെ ഇരുവശത്തേക്കും തുറക്കാം. ഈ കട്ടിൽ കൂടാതെ മടക്കിയെടുക്കാവുന്ന രണ്ടിരുമ്പുകസേരകളും ഒരു ചെറിയ മേശയും കണ്ണാടിയും ഒരു ടി വിയും ഫ്രിഡ്ജും കൂടി ആ മുറിയെ നിറയ്ക്കുന്നു.

ഇത്രയും ഗൃഹസാമഗ്രികളോടൊപ്പം ഡിസിൽവയുടെ വൃദ്ധപിതാവും വൃദ്ധമാതാവും, ഡിസിൽവ, അയാളുടെ വിമാനവേഗതയിൽ ടൈപ്പു ചെയ്യുന്ന ഭാര്യ ആൻസി, 12 ഉം 8 ഉം വയസ്സുള്ള രണ്ടാൺമക്കൾ ഇത്രയും പേർ അവിടെ 'ജീവിക്കുന്നു.' ഇങ്ങനെ എത്രയെത്ര ഡിസിൽവ പരിവാറുകൾ ആ സമുച്ചയത്തിലെ ഓരോ ഒറ്റമുറി ഫ്ളാറ്റിലുമുണ്ടാകും!

ഡിസിൽവയുടെ വലിയച്ഛനാണു ഗോവയിൽനിന്നും മുംബൈയിലേക്കു കുടിയേറിപ്പാർത്തത്. വലിയച്ഛൻ ഒരു ടൈപ്പിസ്റ്റായിരുന്നു. പില്ക്കാലത്തും ആ കുടുംബം ടൈപ്പിങ്ങും ചെറുകിട അക്കൗണ്ടിങ്ങും ഒക്കെയായി ജീവിതം നയിച്ചുപോന്നു. ഇന്നും അതു തുടരുന്നു. ഗോവക്കാരും മലയാളികളും തമിഴരും ഇന്നും മുംബൈയിലെ മികച്ച ടൈപ്പിസ്റ്റുകളും ഓഫീസ് ക്ലർക്കുമാരുമാണ്. കാൽക്കുലേറ്ററിന്റെ സംഖ്യാഫലകത്തിലേക്കു നോക്കുകപോലും ചെയ്യാതെ അക്കങ്ങൾക്കു മുകളിലൂടെ കൃത്യമായി വിരലുകൾ പായിച്ചു കണക്കുകൂട്ടാൻ ഡിസിൽവയ്ക്കറിയാം. ഓരോ സംഖ്യയുടെയും കാൽക്കുലേറ്റർ ഫലകത്തിലെ സ്ഥാനം ഹൃദിസ്ഥമായിരുന്ന ഡിസിൽവയുടെ ഈ അംഗുലീനൃത്തം എനിക്കൊരത്ഭുതവും കൗതുകവുമായിരുന്നു. അയാൾക്കു തെറ്റുപിണഞ്ഞിരുന്നതേയില്ലതാനും. ഡിസിൽവയുടെ വിരലുകളുടെ ദ്രുതഗണിതത്തെയും വെല്ലുന്ന ഒരു ഗഗനചാരിയാണ് കംപ്യൂട്ടറിന്റെ കീബോർഡിൽ ടൈപ്പു ചെയ്യാനിരിക്കുന്ന ആൻസി. ടൈപ്പു ചെയ്യുന്ന ആൻസിയുടെ കൈപ്പത്തികൾ പക്ഷിച്ചിറകുകളെ അനുസ്മരിപ്പിക്കും. കൊടുംനഗരത്തിന്റെ തീവ്രജീവിതസമ്മർദ്ദങ്ങളെ നേരിടേണ്ടിവരുന്ന മനുഷ്യർ ഗുണമേന്മയുടെ കൊടുമുടികൾ താണ്ടുന്നു. പക്ഷേ, ഇവർ എന്തു നേടുന്നു? പ്രതിമാസ ജീവിതച്ചെലവുകൾക്കുള്ള പണത്തിൽ കവിഞ്ഞ് ഒന്നുംതന്നെയില്ല.

ഡിസിൽവയുടെ ഭവനത്തിൽനിന്നും സോസേജും ചിക്കൻ ഫ്രൈയും ന്യൂഡിൽസും അല്പം മദ്യസേവയും നർമ്മസംഭാഷണവും കഴിഞ്ഞു മടങ്ങുമ്പോൾ ഇന്ത്യയിലെതന്നെ ഏറെ വാസയോഗ്യമായ മറ്റു പല നഗരങ്ങളും എന്റെ നാട്ടിൻപുറവും കണ്ടുപരിചയിച്ച ഞാനോർത്തത് അയാളുടെ പാർപ്പിടത്തെക്കുറിച്ചു മാത്രമായിരുന്നു.

മാസ്ഗോണിൽനിന്നും തിരിച്ചുള്ള യാത്രയിൽ ഞാൻ വഡാലയിൽ ഇറങ്ങി. അവിടെയടുത്താണ് പഞ്ചോദ്യാനങ്ങൾ, അഥവാ ഫൈവ്

ഫ്ളോറാ ഫൗണ്ടൻ

ഗാർഡൻസ്. ഏതാണ്ട് വൃത്താകൃതിയിലുള്ള അഞ്ചു ചെറുമൈതാന ങ്ങൾ ചേർന്നതാണ് ഫൈവ് ഗാർഡൻസ്. ഉദ്യാനം എന്നുപറയാനായി ഒന്നുമില്ല. തണൽ വിരിക്കുന്ന കുറെ മാവുകളും പുൽത്തകിടിയും മാത്രം. എങ്കിലും ഈ പുൽനാമ്പുകളുടെ പച്ചപ്പിനെയും മാവുകളുടെ ശീതളിമ യെയും തേടി ഒഴിവുസമയങ്ങളിൽ അനേകർ തങ്ങളുടെ കോൺക്രീറ്റ് തീപ്പെട്ടികൾ വിട്ടിറങ്ങിവരാറുണ്ട്. അവരിൽ കമിതാക്കൾ, കുട്ടികളോടു കൂടെയും അല്ലാതെയുമുള്ള യുവദമ്പതികൾ, മദ്ധ്യവയസ്കർ, വൃദ്ധർ എല്ലാവരും പെടും. എങ്കിലും പലതവണ കണ്ട ആ രംഗം വീണ്ടും കാൺകെ എനിക്കു പ്രത്യേകമായൊരു ദുഃഖവും അമർഷവുമാണന്നു തോന്നിയത്. എന്റെ ഒരു വശത്തെ ബഞ്ചിലിരുന്നത് മദ്ധ്യവയസ്കനായ ഒരു പുരുഷനും അയാളുടെ ഭാര്യയുമാണെന്ന് എനിക്കനുമാനിക്കാൻ

കഴിഞ്ഞു. ഒരു വേശ്യയുടെ കൃത്രിമത്തിളക്കങ്ങൾ ആ സ്ത്രീക്കുണ്ടായിരുന്നില്ല. രണ്ടുപേർക്കും ഏതാണ്ടൊരേ പ്രായം. പുരുഷനു നര കയറിത്തുടങ്ങിയിരുന്നു. അയാൾ നാല്പതുകളുടെ മദ്ധ്യവർഷങ്ങളിലും സ്ത്രീ നാല്പതുകളുടെ ആദ്യപാദങ്ങളിലും ആയിരുന്നിരിക്കണം.

സായാഹ്നത്തിന്റെ അതിലോലവും സുതാര്യവുമായ ഇരുളിൽ അയാളുടെ കരം അവരുടെ തോളിലും മുലയിലും മേഞ്ഞുനടന്നു. പിന്നെ രണ്ടുപേരും ആർത്തിയോടെ ചുംബനത്തിൽ മുഴുകി. വീണ്ടും നോക്കുമ്പോൾ അയാളുടെ കരം അവരുടെ വയറിലൂടെ സഞ്ചരിച്ചു സാരിക്കിടയിലൂടെ നീങ്ങി. അവരുടെ കൈ അയാളുടെ പാന്റ്സിനുള്ളിലേക്കും. അപ്പോൾ സമയം 6.15 മാത്രം. പാർക്കിൽ എന്നെക്കൂടാതെ അനേകർ അവരുടെ പിന്നിലും വശങ്ങളിലുമുള്ള ബെഞ്ചുകളിലുണ്ട്.

ആദ്യമല്ല ഇത്തരമൊരു ദൃശ്യം കാണുന്നത്. ഇതിലൊരു സാന്മാർഗ്ഗിക പ്രശ്നം ഞാനൊട്ടു കണ്ടിരുന്നുമില്ല. എങ്കിലും എന്തായിരുന്നിരിക്കും ഇങ്ങനെ പൊതുസ്ഥലത്തിരുന്നു പലർ കാൺകെ ലൈംഗിക ചേഷ്ടകളിലേർപ്പെടാൻ അവരെ പ്രേരിപ്പിച്ചിരുന്നതെന്ന ചോദ്യം എന്നെ അലട്ടിയിരുന്നു. അതിനുള്ള ഉത്തരം തന്നത് ഡിസിൽവയുടെ വാസഗൃഹമാണ്. മൂന്നു തലമുറകൾ ഒറ്റ മുറിയിൽ! എന്തു ലൈംഗിക ജീവിതമാണ് അയാൾക്കും അയാളെപ്പോലുള്ള അനവധി ലക്ഷങ്ങൾക്കും ലഭിക്കുക. ഇടത്തരക്കാർക്കുപോലും പ്രാഥമിക ജീവിതസൗകര്യങ്ങൾ പ്രദാനം ചെയ്യാൻ കഴിയാത്ത നഗരം! മുതലാളിത്ത വികസനത്തിന്റെ സദ്ഫലങ്ങളിൽനിന്നും തൊഴിലാളികൾ ബഹിഷ്കൃതരാവുമെങ്കിലും ഇടത്തരക്കാരനെ അതു കൈവെടിയില്ല എന്നാണു വയ്പ്. മുംബൈയിലെ ഇടത്തരക്കാരന്റെ നില കാണുക.

മനുഷ്യനും മൃഗവും

ഡിസിൽവയുടെ താഴെയുള്ള മനുഷ്യർ എങ്ങനെ ജീവിക്കുന്നു? ചില രാത്രികളിൽ അത്താഴം താമസിച്ചു കഴിച്ചു ഹോട്ടലിൽനിന്നും 2-3 ഫർലോങ്ങകലെയുള്ള ഹോസ്റ്റലിലേക്കു നടക്കാറുണ്ടായിരുന്നു. ഈ നടപ്പുകളിലെ സ്ഥിരം കാഴ്ചയായിരുന്നു ദ്രുതവേഗത്തിൽ പായുന്ന വാഹനങ്ങളുടെ ചടുലചലനത്തിനു ചുവട്ടിൽ കുരുതിക്കു നിരത്തിയിട്ട മൃഗങ്ങളെപ്പോലെ അക്ഷരാർത്ഥത്തിൽ റോഡിലുറങ്ങുന്ന മനുഷ്യർ. ചാക്കുകൾ തുന്നി തയ്ച്ചുണ്ടാക്കുന്ന ജമുക്കാളങ്ങളുടെ ചതുരങ്ങളിൽ ഒരു വശത്തൊരു നായയും അതിനോടൊപ്പം അഞ്ചുപേരടങ്ങുന്ന ഒരു കുടുംബവുമാണിങ്ങേയറ്റത്ത്. നഗരം മനുഷ്യനും മൃഗവും തമ്മിലുള്ള അന്തരം കുറയ്ക്കുമ്പോൾ മൃഗം മനുഷ്യനോടു താദാത്മ്യം പ്രാപിക്കുന്നു. ആ കുടുംബത്തോടു ചേർന്നു അഞ്ചും ആറും പേരുള്ള മറ്റു പല കുടുംബങ്ങളും അതുപോലെ നടുറോഡിൽ നിദ്രപ്രാപിക്കുന്നുണ്ടായിരുന്നു. ഇഞ്ചുകളകലെ മാത്രം ചലിക്കുന്ന വാഹനങ്ങളുടെ ശബ്ദത്തെയും സാമീപ്യത്തെയും ബോധോപബോധ മണ്ഡലങ്ങളിൽ നിന്നുകൂടി സ്വയം അകറ്റി

നിർത്തിക്കൊണ്ടാവും ആ ഉറക്കം!

തൊട്ടടുത്തുള്ള ഇടുങ്ങിയ ഫുട്പാത്തിലും അതിനു പിന്നിലുള്ള ഒഴിഞ്ഞ ഒരുതുണ്ടു ഭൂമിയിലുമാണ് അവർ താമസിച്ചിരുന്നത്. ചുറ്റുപാടും ബഹുനിലക്കെട്ടിടങ്ങളും അവയിലെ ഫ്ളാറ്റുകളിൽ താമസക്കാരും വന്നു കഴിഞ്ഞിരുന്നു. കനംകുറഞ്ഞ മുളങ്കമ്പുകളിൽ പോളിത്തീൻ ഷീറ്റുകൾ കെട്ടിയുണ്ടാക്കിയ ഇടുങ്ങിയ ജീവൽത്രികോണങ്ങളിലാണവർ താമസിച്ചിരുന്നത്. ഇത്തരം ജീവൽത്രികോണങ്ങൾ മുംബൈയിലുടനീളം കാണാം. കിടപ്പാടത്തിലെ സ്ഥലപരിമിതിയാവാം ഇവരും ഇവരെപ്പോലെ മറ്റനേകരും റോഡിലേക്കു തല ചായ്ക്കാൻ കാരണം.

മുംബൈയിൽ ഇത്തരം ഒഴിഞ്ഞ തുണ്ടുകളിൽ പാർക്കുന്നവരെല്ലാം ഭയപ്പെടുന്ന ഒരു ദിവസമുണ്ട്. ആ ദിവസം ഭൂമിയുടെ അവകാശി എന്നു പറയുന്ന ഒരാൾ ബുൾഡോസറുകളുമായി വന്ന് അവരുടെ കുടിലുകൾ ഇടിച്ചുനിരത്തുന്നു. അവിടെയൊരു ബഹുനിലക്കെട്ടിടത്തിന്റെ ഫൗണ്ടേഷൻ കെട്ടുന്നു. അവിടെ താമസിച്ചിരുന്നവർ എങ്ങോട്ടു പോയെന്നാർക്കുമറിയില്ല. എങ്ങോട്ടോ പോയിരിക്കാം. അങ്ങനെയൊരുകൂട്ടർ അവിടെ ജീവിച്ചിരുന്നില്ലതന്നെ. അവർ ബഹിഷ്കൃതരാകേണ്ടവരായിരുന്നു.

ധാരാവി

നഗരത്തിന്റെ പുറജാതിക്കാർ താമസിക്കുന്ന ചേരിമാത്രപ്രദേശമായ ധാരാവിയിലേക്കു പോകാൻ മുംബൈയുടെ ഉന്നത-മദ്ധ്യ വർഗ്ഗങ്ങൾക്കു വിരക്തിയും ഭയവുമാണ്. അഴുക്കും ദുർഗ്ഗന്ധവും മുതൽ തട്ടിപ്പും പിടിച്ചുപറിയും വരെ അവർ കാരണങ്ങൾ നിരത്തും, മറ്റെല്ലായിടവും വെടിപ്പും സുരക്ഷിതവുമാണെന്ന മട്ടിൽ. കണ്ണടച്ചു തോല്പിക്കാനാവാത്ത ദാരിദ്ര്യത്തിന്റെ ആ അറ്റമെഴാത്ത വൻകടലും അതിലെ ദരിദ്രരുടെ എണ്ണമെഴാത്ത ജനസാന്ദ്രതയും ഈ വർഗ്ഗങ്ങളിൽ പാപബോധവും ഭയവും ജനിപ്പിക്കുന്നുണ്ടാവും.

ക്ഷയരോഗസംബന്ധമായ ഒരു സാമൂഹ്യശാസ്ത്രപഠനത്തിന്റെ ഭാഗമായാണ് ഗവേഷകനായ ഞാനും ഗവേഷകസഹായിയും ധാരാവിയിൽ എത്തുന്നത്. മുംബൈയിൽ പൊതുവെ കാണുന്നതെല്ലാം കുറെക്കൂടി വർദ്ധിച്ച അളവിൽ കാണപ്പെട്ടു എന്നല്ലാതെ മറ്റൊന്നും ഞങ്ങൾക്കവിടെ അനുഭവപ്പെട്ടില്ല. അഴുക്കും അഴുക്കുചാലും ദുർഗ്ഗന്ധവും ചേരികളും മുംബൈയിൽ ഏതാണ്ടെല്ലായിടത്തുമുണ്ടല്ലോ. അനവധി തവണ ധാരാവിയിൽ പോയിവന്ന എന്റെ ഗവേഷണസഹായിക്കോ മൂന്നുനാലുതവണ അവിടെ പോയിവന്ന എനിക്കോ പിടിച്ചുപറിയുടെയോ തട്ടിപ്പിന്റെയോ യാതൊരനുഭവവുമുണ്ടായിട്ടുമില്ല.

നഗരത്തിന്റെ അസംഘടിതമേഖലയിലെ തൊഴിലാളികളാണ് ധാരാവിയിലെ താമസക്കാരിൽ നല്ലൊരു പങ്ക്. ഇവർ ചെറുതും അത്ര ചെറുതല്ലാത്തതുമായ വ്യവസായങ്ങളിൽ പലപ്പോഴും അസ്ഥിര വ്യവസ്ഥകളിൽ ജോലിചെയ്യുകയോ സ്വന്തമായ തൊഴിലുകളിലേർപ്പെടുകയോ

നാനജാതി മതസ്ഥർ സന്ദർശിക്കുന്ന ഹാജി അലി മസ്ജിദ്

ചെയ്യുന്നു. ലെയ്ത്തുകൾ, ഫൗണ്ടറികൾ, പലതരം വർക്ക്ഷോപ്പുകൾ, മില്ലുകൾ, ബേക്കറികൾ, പ്രസ്സുകൾ തുടങ്ങിയവ ഈ വ്യവസായങ്ങളിൽ ചിലതാണ്. ഇത്തരം വ്യവസായങ്ങളിൽ പലതിലും അടിസ്ഥാന തൊഴിൽനിയമങ്ങൾ പോലും പാലിക്കപ്പെടുന്നുണ്ടാവില്ല. ഈ വ്യവസായങ്ങൾ കൂടാതെ വേസ്റ്റ് ശേഖരണവും ആക്രിക്കച്ചവടവും മുതൽ വ്യാജവാറ്റും വ്യഭിചാരവുമടങ്ങുന്ന വ്യാപകമായ മറ്റൊരു സ്വയംതൊഴിൽ മേഖലയും ധാരാവിയിൽ നിലനില്ക്കുന്നു!

ദാരിദ്ര്യജന്യരോഗമായ ക്ഷയവും മറ്റു സാംക്രമികരോഗങ്ങളും ധാരാവിയിലും മുംബൈയിലെ മറ്റു ചേരികളിലും ധാരാളമായുണ്ട്. എങ്ങനെ ഉണ്ടാകാതിരിക്കും? ഒരു ഓടയ്ക്കു മുകളിൽ വലിച്ചുനിവർത്തിയിട്ട ഇരുമ്പു കസേരയിലിരുന്നാണ് ചേരിയിലെ ഒരു കുടുംബത്തോടു ഞാൻ സംസാരിച്ചത്. ആ കസേര അവിടെ വരുന്ന സന്ദർശകർക്കെല്ലാം വേണ്ടി ഇതുപോലെ ഓടയ്ക്കു മീതെ വലിച്ചുനീട്ടാറുണ്ടെന്നു തോന്നി. ആ വീട്ടുകാർക്കതിൽ യാതൊരു അസ്വാഭാവികതയും അനുഭവപ്പെട്ടിരുന്നുമില്ല. ഓടയിലൂടെ ശ്യാമഹരിതമായ അഴുക്കുജലം ഒഴുകിക്കൊണ്ടിരുന്നു. അങ്ങുമിങ്ങും കൂത്താടികളുടെ പ്രത്യുല്പാദന കേന്ദ്രങ്ങളായിത്തീർന്ന കെട്ടിക്കിടക്കുന്ന മലിനജലം വേറെ. ദുർഗ്ഗന്ധം വമിക്കുന്ന കാറ്റ്. പക്ഷേ, ഇതൊന്നും മുംബൈയിൽ ഇവിടെ മാത്രമല്ല എന്നുകൂടി ഓർക്കുക.

പൊതുജനാരോഗ്യരംഗത്ത് 19-ാം നൂറ്റാണ്ടിന്റെ മദ്ധ്യകാലം മുതൽ സ്വീകരിച്ച വിവിധ നടപടികളാണ് യൂറോപ്പിൽ സാംക്രമികരോഗങ്ങളെ ശക്തമായി തടുക്കാനും അങ്ങനെ മരണനിരക്കുതന്നെ കുറയ്ക്കാനും

സഹായിച്ചത്. കീമോതെറാപ്പിയുടെയും പ്രതിരോധ കുത്തിവയ്പ്പിന്റെയും ആവിർഭാവത്തിനു മുമ്പുതന്നെ ക്ഷയരോഗബാധയുടെ നിരക്കും അതുമൂലമുള്ള മരണങ്ങളും ഗണ്യമായി വെട്ടിക്കുറയ്ക്കുവാനും യൂറോപ്പിൽ സാധിച്ചത് ആ നടപടികൾ കൊണ്ടാണ്. ഇങ്ങനെ, ക്ഷയരോഗംമൂലമുള്ള മരണനിരക്ക് 1911–1931 കാലഘട്ടത്തിൽ പകുതിയായി കുറയ്ക്കുവാൻ ബ്രിട്ടനു കഴിഞ്ഞു.

ബ്രിട്ടനിൽ 1842 ൽ ദരിദ്രനിയമ കമ്മീഷണറേറ്റിന്റെ സെക്രട്ടേറിയറ്റിലെ ഒന്നാം സെക്രട്ടറിയായിരുന്ന എഡ്വിൻ ചാഡ്വിക് പ്രസിദ്ധപ്പെടുത്തിയ, പില്ക്കാലത്തേറെ പ്രശസ്തമായ ചാഡ്വിക് റിപ്പോർട്ടാണ് ആ രാജ്യത്തെ പൊതുജനാരോഗ്യ നടപടികൾക്കു നാന്ദിയായത്. ഓടകളുടെ നിർമ്മാണം, അവയുടെ മേല്നോട്ടം, അധിവാസകേന്ദ്രങ്ങളിലെയും റോഡുകളിലെയും മാലിന്യം നീക്കംചെയ്യൽ, അതിന്റെ സംസ്കരണം, ശുദ്ധജലവിതരണം ഇവയായിരുന്നു ചാഡ്വിക് ഊന്നിപ്പറഞ്ഞത്. ഈ നടപടികൾക്കുണ്ടാകുന്ന അധികച്ചെലവ്, സാംക്രമിക രോഗനിയന്ത്രണ രംഗത്തുണ്ടാകുന്ന നേട്ടംവഴി സമൂഹത്തിനു ലാഭമായേ ഭവിക്കൂ എന്നും അദ്ദേഹം വാദിച്ചു. രോഗചികിത്സയ്ക്കായി ചെലവാക്കുന്ന തുകയും അകാലമരണങ്ങളും കുറയുമെന്ന്, അതിനുപോദ്ബലകമായി അദ്ദേഹം ചൂണ്ടിക്കാട്ടി.

ഈ റിപ്പോർട്ടിനെത്തുടർന്ന് 1848 ലും 1858 ലും 1875 ലും പാസാക്കി നടപ്പിലാക്കിയ പൊതുജനരോഗ്യ നിയമങ്ങളാണ് ഒട്ടനേകം സാംക്രമികരോഗങ്ങളെ കാര്യക്ഷമമായി പ്രതിരോധിക്കുവാൻ ബ്രിട്ടനെ സജ്ജമാക്കിയത്. മറ്റു യൂറോപ്യൻ രാജ്യങ്ങളിലും ഇക്കാലത്ത് ഇതിനു സമാന്തരമായ നിയമനിർമ്മാണങ്ങളുണ്ടായി. മേല്പറഞ്ഞ നിയമങ്ങളുടെ കൂടിഫലമായി ഇംഗ്ലണ്ടിലെയും വെയ്ൽസിലെയും മരണനിരക്ക് 1851 മുതൽ 1911 വരെയുള്ള കാലയളവിൽത്തന്നെ ജനസംഖ്യയിൽ 1000 ൽ 22 ൽ നിന്നും 14.6 ലേക്കു കുറയ്ക്കുവാൻ കഴിഞ്ഞു.

യൂറോപ്പിൽ ഈ നടപടികൾക്കു തുടക്കമിട്ടിട്ട് ഒന്നര നൂറ്റാണ്ടിലേറെക്കഴിഞ്ഞിട്ടും ഇന്ത്യ അവളുടെ തുറന്ന ഓടകളുടെ ശ്യാമഹാരിത പരസ്യമായി നിലനിർത്തുന്നു.

മുംബൈ കലാപം

മുംബൈയിൽ 1992–93 ൽ നടന്ന വർഗ്ഗീയ കലാപങ്ങളെയും 93 മാർച്ച് 12 നു നടന്ന ബോംബ് സ്ഫോടനശൃംഖലയെയും കുറിച്ചു പരാമർശിക്കാതെ ഈ ലേഖനം പൂർണ്ണമാവുകയില്ല. മുംബൈയിൽ വളർന്നുവന്നുകൊണ്ടിരുന്ന ചില ദുഷ്പ്രവണതകളുടെ മൂർദ്ധന്യം ആയിരുന്നു ഈ സംഭവങ്ങൾ. അതേസമയം ഇവയുടെ പ്രത്യാഘാതങ്ങൾ മുംബൈയെ അസുരക്ഷിതവും അസമാധാനം നിറഞ്ഞതുമായ ഒരു നഗരമാക്കി മാറ്റുന്നതിൽ ഒരു പ്രധാന പങ്കുവഹിച്ചിട്ടുണ്ട്. സ്വതന്ത്ര ഇന്ത്യയുടെ ചരിത്രത്തിലാദ്യമായി മുംബൈ ഇന്നനുഭവിച്ചുകൊണ്ടിരിക്കുന്ന വി വ്യവസാ

യവല്ക്കരണത്തിനും (de-industrialisation) ഈ അക്രമസംഭവങ്ങൾക്കും അതുവഴി സാമൂഹ്യമായ ആധിപത്യം നേടിയ ശക്തികൾക്കും അതിന്റേതായ പങ്കുണ്ട്.

ഈ കലാപങ്ങളെക്കുറിച്ചന്വേഷിച്ച ശ്രീകൃഷ്ണാ കമീഷന്റെയും ഒരു സന്നദ്ധസേവക സംഘടന രൂപീകരിച്ച മനുഷ്യാവകാശക്കമീഷന്റെയും റിപ്പോർട്ടുകളും ഇതേക്കുറിച്ചുള്ള അനേകം പത്രക്കുറിപ്പുകളും എന്റെ കൈവശമുണ്ടെങ്കിലും അവയും മറ്റു രേഖകളുമുപയോഗിച്ച് ഒരു 'ഗവേഷണം' നടത്തുവാനല്ല എന്റെ മാനസിക പ്രചോദനം.

ശാരീരികമായി ഈ കലാപങ്ങളും സ്ഫോടനങ്ങളും എനിക്കോ കുടുംബത്തിനോ ആഘാതങ്ങളേല്പിച്ചില്ലെങ്കിലും ഇവയുടെ ആകുലതകൾ കുറെയൊക്കെ അനുഭവിക്കുകയും കാണുകയും അറിയുകയും ചെയ്ത ഒരാളെന്ന നിലയ്ക്ക് ഇവയെക്കുറിച്ചു സ്വന്തം അനുഭവത്തിൽ നിന്നുള്ള ചില ചിത്രങ്ങൾമാത്രം അവതരിപ്പിക്കുകയാണ് ഏറെ പ്രസക്തമെന്നു തോന്നുന്നു.

കലാപം നടന്നുകൊണ്ടിരിക്കുന്ന ദിവസങ്ങളിലൊന്ന്. നട്ടുച്ച നേരം. വെയിലിനു സ്വാഭാവികമായും കണ്ണഞ്ചിപ്പിക്കുന്ന പ്രകാശവും ചൂടും. പൊതുസ്ഥലങ്ങളിൽ ഒന്നും ആർക്കും മറച്ചുവയ്ക്കാൻ കഴിയാത്ത സമയം. എന്നാൽ, അങ്ങനെയൊരു മറവിന്റെ ആവശ്യമില്ലാത്തവർക്കോ? ഒരു ചെറുസംഘമാളുകൾ ഞങ്ങൾ താമസിച്ചിരുന്ന മൂന്നുനിലക്കെട്ടിടത്തിനെതിരെയുള്ള മറ്റൊരു കെട്ടിടത്തിന്റെ ടെറസ്സിൽ പ്രത്യക്ഷപ്പെടുന്നു. അതിലൊരാളുടെ കൈയിൽ ഒരു സ്ഫടികക്കിണ്ടി. അതിനുള്ളിൽ പെട്രോളിന്റെ നിറമുള്ള ദ്രാവകം നിറച്ചിരിക്കുന്നു. വാലിന്റെ അറ്റത്തുവച്ചിരിക്കുന്ന തുണിക്കഷണം ഏതോ ആഗ്നേയദ്രാവകത്തിൽ നനച്ചതാവാം. അതൊരു പെട്രോൾ ബോംബാണെന്ന് അപ്പോഴേക്കും എനിക്കു മനസ്സിലായിരുന്നുവെങ്കിലും ഈ നട്ടുച്ചയ്ക്ക് ഇവരെന്തു ചെയ്യാൻ പോകുകയാണ്, ഇത്തരം പ്രവർത്തനങ്ങൾ രാത്രിയിലല്ലേ നടക്കുക എന്നായിരുന്നു എന്റെ ചിന്ത. ആ ധാരണ തെറ്റാണെന്ന അറിവു പകർന്നുകൊണ്ട് സ്ഫടികക്കിണ്ടിയുടെ വാലിലെ തുണിക്ക് ഒരാൾ തീ കൊളുത്തി. ഝടുതിയിൽ ആ കിണ്ടി പിടിച്ചിരുന്നയാൾ അതു താഴെ ബംഗ്ലാദേശിൽനിന്നു വന്ന അഭയാർത്ഥികൾ താമസിച്ചുകൊണ്ടിരുന്ന ഒരു ബസ്തിയെ ലാക്കാക്കി എറിഞ്ഞു കഴിഞ്ഞു. പിടിക്കുന്ന തീയെ ആളിപ്പടർത്തുവാൻ ഉച്ചച്ചൂട് ഉപയോഗപ്പെടും. ആ ഡിസംബർ-ജനുവരിയിലെ നേർത്ത തണുപ്പുള്ള ബോംബെ രാത്രികളിലാവട്ടെ തീ അത്രത്തോളം ആളിക്കത്തിയെന്നുവരില്ല. മാത്രമല്ല ഈ സംഭവം നടക്കുമ്പോഴേക്കും ഏതു സമയത്തും എന്തും ചെയ്യുവാനുള്ള സാമൂഹ്യമായ അനുവാദം കലാപകാരികൾ നേടിക്കഴിഞ്ഞിട്ടുണ്ടായിരുന്നു. ബംഗ്ലാദേശ് അഭയാർത്ഥികേന്ദ്രത്തിലെ സ്ത്രീകളാണ് ആ പ്രദേശത്തെ മിക്ക ഇടത്തരം വീടുകളിലെയും വീട്ടുജോലികൾ ചെയ്തിരുന്നത്. അതിനു കിട്ടിയിരുന്ന നൂറ്റമ്പതോ ഇരുന്നൂറോ രൂപ അതു പല വീട്ടിൽ നിന്നുണ്ടാവാം. അതായിരുന്നു അവ

രുടെ ആദായം. ഈ തൊഴിൽ തദ്ദേശവാസികളിൽനിന്ന് അവർ തട്ടിയെടുക്കുകയാണ് എന്നതായിരുന്നു അവർക്കെതിരെ ആരോപിക്കപ്പെട്ടിരുന്ന ചൂഷണം! വിവേകചിന്തകളൊന്നും കലാപകാലത്ത് ആരുടെയും തലയിലുദിക്കില്ല.

"അവർ നമ്മെ ആക്രമിക്കാൻ വരുന്നു. അവർ എവിടെനിന്നും വരാം. നമ്മളിൽ പത്തിനെ തട്ടാൻ അവരിലൊരാൾ മതി. അവരാണീ രാജ്യം ഇല്ലായ്മ ചെയ്യുന്നത്" എന്നിങ്ങനെയുള്ള വായ്ത്താരികൾ കുട്ടികൾപോലും പറയുന്നതു കേൾക്കാമായിരുന്നു. ഒരു ദിവസം 'അവരെ' പിടിക്കുവാനായി ഇരച്ചുകയറി വന്ന ജനക്കൂട്ടത്തിന്റെ കൈയിലുണ്ടായിരുന്നത് മൂർച്ച തോന്നിക്കാത്ത നാടൻ ആയുധങ്ങളും അടുക്കളയിൽനിന്നു പെറുക്കിയെടുത്ത കറിക്കത്തികളും ആയിരുന്നുവെങ്കിലും ആ ജനക്കൂട്ടം കാട്ടിയത് കലാപകാരികളുടെ സാമൂഹ്യാടിത്തറയുടെ വ്യാപ്തിയും അവരുടെമേൽ പ്രചരണങ്ങൾക്കും കിംവദന്തികൾക്കുമുള്ള സ്വാധീനവും, അവർക്ക് അവയിലുള്ള അചഞ്ചലവും തീവ്രവുമായ വിശ്വാസവുമാണ്.

കലാപദിനങ്ങളിലെ ഒരു രാത്രി. ഏകദേശം 10 മണി. മുംബൈയുടെ സ്വാഭാവിക നാളുകളിൽ രാവിനപ്പോഴും ചെറുപ്പമാണ്. പക്ഷേ, അന്നങ്ങനെയായിരുന്നില്ല. കൊള്ളയ്ക്കും കൊള്ളിവയ്പിനുമായി സംഘം ചേരാനുള്ള സമയമായിക്കഴിഞ്ഞിരുന്നു. എന്റെ അയൽവാസിയായ കുമാരനും യാത്രയാവുകയായി. അവന്റെ അമ്മയും ഇളയ സഹോദരിയും അവനെ സ്നേഹാദരപൂർവ്വം യാത്രയാക്കുന്നു. ആ അമ്മയ്ക്ക് അവരുടെ പുത്രന്റെ പ്രവർത്തനങ്ങളിൽ അഭിമാനംമാത്രം. സോദരിക്കു ബഹുമാനവും. ഈ കുമാരന് വയസ്സ് പതിനെട്ടുപോലുമായിട്ടുണ്ടാവില്ലെന്നു എനിക്കു വ്യക്തമായും അറിയാം. ഈ ബാലന്റെ കൈയും കാലും വളരുന്നത് ഞാൻ കണ്ടിട്ടുള്ളതാണ്. ഒരുവർഷം മുമ്പുവരെ ഇവൻ നിക്കറും ബനിയനും ഇട്ടു നടന്നിരുന്നതാണ്. അല്പം കായപുഷ്ടിയുണ്ടെങ്കിലും ഇവനു പ്രായപൂർത്തിയായിട്ടില്ല. അതു വേണ്ടതു വോട്ടുചെയ്യാനും മറ്റുമാണല്ലോ. കലാപത്തിൽ പങ്കെടുക്കാൻ അതാവശ്യമില്ല. പ്രത്യേകിച്ചും അമ്മയുടെയും സോദരിയുടെയും അംഗീകാരം കൂടിയുള്ളപ്പോൾ. വർഗ്ഗീയതയ്ക്കു സ്ത്രീപുരുഷ വ്യത്യാസങ്ങളില്ല. മാത്രമല്ല, സ്ത്രീകളുടെ അംഗീകാരത്തോടെ ഇതു പൗരുഷപ്രകടനത്തിനുള്ള വേദിയും ആയിത്തീരുന്നു.

1992 ഡിസംബർ 6 ന് ബാബ്റി മസ്ജിദ് തകർക്കപ്പെട്ടതിനു പിന്നാലെയും അതുകഴിഞ്ഞ് ഒരുമാസം തികഞ്ഞ 1993 ജനുവരി ആറിനോടനുബന്ധിച്ചും ആണ് മുംബൈയിൽ വർഗ്ഗീയകലാപം ഉണ്ടായത്. ഇതിൽ രണ്ടാമത്തേതാണ് ഞങ്ങളുടെ പ്രദേശത്തെ പ്രധാനമായും ബാധിച്ചത്. രാത്രി ഏതാണ്ട് പത്തരയോടെ വിസിൽ ശബ്ദങ്ങളുയരും. ഒത്തുചേരാനും ആക്ഷൻ നടത്താനും പിരിഞ്ഞുപോകാനും വീണ്ടും ഒത്തുകൂടാനുമൊക്കെ പല സംഖ്യകളിലുള്ള വിസിൽ വിളികളുണ്ട്. അതിന്റെ എണ്ണമറിഞ്ഞു പരിശീലിതരായ പട പെരുമാറുന്നു. നാലു രാത്രികൾ തുടർച്ച

യായി നടന്ന കൊള്ളയിലും കൊള്ളിവയ്പിലും ഒരു ഡസനോളം കടകൾ ആക്രമിക്കപ്പെട്ടു. അവയിലെ സാധനങ്ങൾ കൊള്ളചെയ്യപ്പെട്ടു. ഇവയിൽ മിക്കവാറും എല്ലാംതന്നെ ന്യൂനപക്ഷസമുദായാംഗങ്ങളുടേതായിരുന്നുവെന്ന് പിന്നീടുള്ള അന്വേഷണത്തിൽ മനസ്സിലായി. മതേതര നാമങ്ങളും മതസ്വഭാവമില്ലാത്ത പേരുകളുമുള്ള കടകളും ഉടമസ്ഥതയുടെ അടിസ്ഥാനത്തിൽ ആക്രമിക്കപ്പെട്ടു. മുനിസിപ്പൽ കോർപ്പറേഷനിൽനിന്നും കടകളുടെ രജിസ്റ്ററിന്റെ കോപ്പി ഉപയോഗിച്ചാണ് ഈ ആക്രമണം നടന്നതെന്ന് അന്നു ചിലർ കരുതിയിരുന്നു. എന്നാൽ കലാപത്തിനു സന്നദ്ധമായ ഇത്തരം സംഘടനകളുടെ ഓരോ പ്രദേശത്തെയും പ്രവർത്തകരുടെ കണ്ണുകൾ അവിടവിടെയുള്ള വ്യാപാരികൾ, താമസക്കാർ, വന്നുപോകുന്നവർ ഇവരുടെയൊക്കെ മേൽ സദാ ഉണ്ട്. കടകളുടെ ഉടമസ്ഥതയും മറ്റും ഇവരുടെ പൊതുവിജ്ഞാന പുസ്തകത്തിൽ കൃത്യമായും ഉണ്ടാവും.

കലാപം നടന്ന നാലുരാത്രികളിലും കൊള്ളയും കൊള്ളിവയ്പും കഴിഞ്ഞു ജനക്കൂട്ടം പിരിഞ്ഞുപോകുമ്പോൾ പൊലീസോ പില്ക്കാലത്തുവന്ന അർദ്ധസൈനിക വിഭാഗമോ ആകാശത്തേക്കു വെടിവച്ചു സ്വന്തം അസ്തിത്വം അറിയിക്കുന്നുണ്ടായിരുന്നു. ക്രമസമാധാനപാലനം ഇന്ത്യൻ ഭരണഘടനയിൽ ഒരു സംസ്ഥാന വിഷയമായതിനാൽ കേന്ദ്ര അർദ്ധസൈനിക വിഭാഗങ്ങൾ വന്നാലും സംസ്ഥാന ഗവൺമെന്റിന്റെ വ്യക്തമായ ഉത്തരവുകളില്ലാതെ അവർക്കിടപെടാൻ സാദ്ധ്യമല്ല. മറ്റുത്തരവുകളൊന്നും കൂടാതെ ചില ചെറിയ മേഖലകളിലേക്കു നിയോഗിക്കപ്പെടുന്ന ഇത്തരം കേന്ദ്രവിഭാഗങ്ങളെ സംബന്ധിച്ചിടത്തോളം ഉത്തരവ് ലഭിക്കേണ്ടത് പലപ്പോഴും താഴ്ന്ന തലത്തിലുള്ള സംസ്ഥാന പൊലീസിലെയോ ആഭ്യന്തരവകുപ്പിലെയോ ഉദ്യോഗസ്ഥന്മാരിൽ നിന്നാവും. ഇവരുടെ നിലപാടുകളാകട്ടെ പലപ്പോഴും പക്ഷപാതങ്ങൾക്കതീതമാകാറുമില്ല. എങ്കിലും ഇത്തരം കേന്ദ്രവിഭാഗങ്ങളുടെ സാന്നിദ്ധ്യം കലാപകാരികൾ കുറെയൊക്കെ സംയമനം പാലിക്കാനും ജനങ്ങളിൽ ഒരു പരിധിവരെ സുരക്ഷിതബോധം ജനിപ്പിക്കാനും സഹായിക്കുന്നുണ്ട് എന്നതു ശരിതന്നെ.

കലാപത്തിന് ഒന്നു രണ്ടു മാസങ്ങൾക്കു മുമ്പ് ഔറംഗബാദിൽ നിന്നും ഒരു മുസ്ലിം കുടുംബം ഞങ്ങൾ താമസിച്ചിരുന്ന കെട്ടിടത്തിലേക്കു താമസം മാറ്റിയിരുന്നു. ആ കെട്ടിടത്തിൽ ആകെയുണ്ടായിരുന്ന മുസ്ലിങ്ങൾ അവരായിരുന്നു. ഞങ്ങളുടെ കോളനിയിൽത്തന്നെ മറ്റു മുസ്ലിങ്ങളുണ്ടായിരിക്കാനിടയില്ല. ഉണ്ടായിരുന്നെങ്കിൽത്തന്നെ വിരളമായിരുന്നിരിക്കണം. കലാപം തുടങ്ങിയശേഷം ഒരു അയൽവാസിക്കു കിട്ടേണ്ട പരിഗണനകൾ അവർക്കു ലഭിക്കാതെയായി. ആരും അവരോടു സംസാരിക്കുകയില്ല. അവരും ആരോടും ഇടപെടില്ല. ചുറ്റുപാടുമുള്ള കലാപകാരികളുടെയും കലാപാനുഭാവികളുടെയും കണ്ണുവെട്ടിച്ച് ഒരിക്കൽ ഞാനിവരുടെ വീട്ടിൽ പോകുകയുണ്ടായി. അവർ സ്ഥലംവിടാനുള്ള

തയ്യാറെടുപ്പിലായിരുന്നു. എന്നിട്ടും സ്ത്രീകൾ അപ്പോഴും പർദ്ദ ധരിച്ചിരുന്നു. ഇതെല്ലാമഴിച്ചുവച്ച് ബിന്ദി (പൊട്ട്)യുമണിഞ്ഞു രക്ഷപ്പെടാൻ നോക്കൂ എന്നു ഞാനവരോടല്പം ദേഷ്യത്തിൽത്തന്നെ പറഞ്ഞു. അങ്ങനെ അരിശംകാട്ടാൻ തക്ക അടുപ്പമൊന്നും എനിക്കവരോടില്ലായിരുന്നു. എങ്കിലും മനുഷ്യത്വത്തിന്റെ ഒരു സാഹോദര്യബന്ധം എനിക്കാ അവകാശം തരുന്നതായി തോന്നി. മുസ്ലിം സ്ത്രീകൾ പർദ്ദ മാറ്റി പൊട്ടും ധരിച്ചാണ് രക്ഷപ്പെട്ടിരുന്നതെന്ന് ഞാൻ ആ ദിവസങ്ങളിലെ പത്രങ്ങളിൽ വായിച്ചിരുന്നു. ഏതായാലും കുറച്ചുസമയം കഴിഞ്ഞ് ആ വീട്ടിലെ ഒരു യുവാവ് ബിന്ദി തേടി ഞങ്ങളുടെ വീട്ടിൽ വന്നു. ഞങ്ങളതു കൊടുക്കുകയും ചെയ്തു. അന്നു പോയ ശേഷം ആ കുടുംബം പിന്നീട് മടങ്ങി വന്നതേയില്ല. അവർ രക്ഷപ്പെട്ടുവോ വഴിയിലെന്തെങ്കിലും സംഭവിച്ചുവോ എന്നും അറിയില്ല. ഞങ്ങളുടെ വീട്ടിൽ ജോലി ചെയ്യാൻ വന്നിരുന്ന ബംഗ്ലാദേശുകാരി സ്ത്രീയും കലാപത്തിനുശേഷം മടങ്ങിവന്നില്ല! അവർക്കും എന്തു സംഭവിച്ചു എന്നറിയില്ല.

93 മാർച്ചിലെ ശൃംഖലാ ബോംബുസ്ഫോടനം

1993 മാർച്ച് 12 നാണ് മുംബൈയിൽ ഒരു ഡസനോളം സ്ഥലങ്ങളിൽ ശൃംഖലാ ബോംബുസ്ഫോടനങ്ങൾ നടന്നത്. മുംബൈയിലെ സ്റ്റോക് എക്സ്ചേഞ്ചും എയർ ഇന്ത്യാ ബിൽഡിങ്ങും മറ്റുപല പ്രധാന ഓഫീസുകളും തകർത്തു ഭീതി വിതറിയ ആ സ്ഫോടനശൃംഖല ഡിസംബർ 92, ജനുവരി 93 വർഗ്ഗീയകലാപങ്ങളോടുള്ള ന്യൂനപക്ഷസമുദായത്തിലെ ഒരു തീവ്രവാദി വിഭാഗത്തിന്റെ തിരിച്ചടിയും താക്കീതുമായിരുന്നു.

അന്ന് ഏതാണ്ട് ഉച്ചയ്ക്ക് മുമ്പും പിമ്പുമായാണ് സ്ഫോടനങ്ങൾ നടന്നത്. അറിഞ്ഞവരറിഞ്ഞവർ തങ്ങളുടെ ബന്ധുക്കളുടെയും സുഹൃത്തുക്കളുടെയും ഓഫീസുകളിലേക്കു വിവരം കൈമാറി. എല്ലാവരും വീടെത്തുവാനുള്ള വിഹ്വലമായ ആകാംക്ഷയിൽ. ഒരു ബസിൽവച്ച ബോംബാണ് വർളിക്കു സമീപംവച്ചു പൊട്ടി അടുത്തുള്ള ഒരു കെട്ടിടത്തെപ്പോലും തകർത്തത്. ഇതറിഞ്ഞതോടെ ബസിൽ യാത്ര ചെയ്യാൻ ആളുകൾക്കു ഭയം. നഗരത്തിന്റെ ഓഫീസ് മേഖലയിൽ തുടരുന്നതും അസുരക്ഷിതം. ട്രെയിനുകളിലും ബോംബ് വച്ചിട്ടുണ്ടെന്നു ജനങ്ങൾക്കു സംശയം. മുംബൈയിൽ ആളുകൾ ട്രെയിനിൽ യാത്ര ചെയ്യുന്നത് താരതമ്യേന ദീർഘമായ ദൂരങ്ങൾ താണ്ടാനാണ്. അത്രയും യാത്ര ചെയ്യുന്നതിനിടയിൽ കലാപം പൊട്ടിപ്പുറപ്പെട്ട് ട്രെയിൻതന്നെ ആക്രമിക്കപ്പെട്ടേക്കാം. കൂടുതൽ സമയം തരണംചെയ്യേണ്ടി വരുമ്പോൾ ബോംബ് സ്ഫോടനത്തിനിരയാകാനുള്ള സാദ്ധ്യതയുമേറും. ആകെ ഭയം. വീടുകളിലേക്ക് എങ്ങനെ പോകണമെന്നറിയാത്ത ഒരവസ്ഥ. അന്ന് എന്റെ ഭാര്യ നഗരസിരാകേന്ദ്രമായ നരിമാൻ പോയിന്റിലെ ഫ്രീ പ്രസ് ഹൗസിലുള്ള എസ് ബി ടിയുടെ ബ്രാഞ്ചിലും ഞാൻ വർളിയിലുള്ള എന്റെ ഓഫീസിലും ഞങ്ങളുടെ ഒന്നരവയസ്സുള്ള മകൾ ആന്റോപ് ഹില്ലിലെ താമസ

സ്ഥലത്തിനടുത്തുള്ള ക്രഷിലുമായിരുന്നു. രണ്ടുപേരും ഒരേസമയം ദീർഘദൂരയാത്രയ്ക്കു വിധേയരാകാതെ ഒരാൾ എത്രയും വേഗം കുട്ടിയുടെ അടുത്തെത്തണമെന്നാണ് ഞങ്ങൾ തീരുമാനിച്ചത്. അതുകൊണ്ട് മറ്റേതൊരു സമാനസാഹചര്യത്തിലും ഭാര്യയെ കൊണ്ടുവരാൻ നരിമാൻ പോയിന്റിലേക്കു പോകുമായിരുന്ന ഞാൻ അന്നങ്ങനെ ചെയ്തില്ല. ബസിൽ ഞാൻ കടന്നുപോകുമ്പോൾ വർളിയിൽ സ്ഫോടനം നടന്ന ബസ് അവിടെ കിടപ്പുണ്ടായിരുന്നു. സമീപത്തുള്ള കെട്ടിടത്തിന്റെ ഒന്നോ രണ്ടോ നിലകൾ തകർന്നിരുന്നു. എന്റെ ബസ് മുന്നോട്ടുതന്നെ നീങ്ങി. ഞങ്ങളുടെ താമസസ്ഥലത്തെ കോളനിയിലെത്തി മകളെയും കൈയിലെടുത്തു നടക്കുമ്പോൾ എന്തിനെയും നേരിടാം എന്ന ഒരു ചിന്തയായിരുന്നു.

സ്കൂട്ടറിലും കാറിലും ബസിലും ബോംബുസ്ഫോടനങ്ങൾ നടന്ന ആ ദിവസം തിരക്കു സമയത്ത് ഇലക്ട്രിക് ട്രെയിനുകളിൽ ധാരാളം ബോംബ് സ്ഫോടനങ്ങൾ നടക്കുമെന്നാണ് മുംബൈക്കാർ ഒന്നടങ്കം ഭയന്നിരുന്നത്. അതുമൂലം വീടുകളിൽ പോകാതെ നഗരത്തിലെ ഓഫീസുകളിൽ രാത്രി കഴിച്ചുകൂട്ടിയവരും ധാരാളം. നഗരമദ്ധ്യത്തിലുള്ള ഓഫീസുകളിൽനിന്നും നഗരപ്രാന്തത്തിലുള്ള വീടുകളിലേക്കു ആ ദിവസം ഇലക്ട്രിക് ട്രെയിനുകളിൽ സഞ്ചരിക്കേണ്ടിവന്ന ലക്ഷക്കണക്കിന് മുംബൈക്കാർ ചിന്തിച്ചിരുന്നത് അത് അവരുടെ ജീവിതത്തിലെ അവസാന ദിവസമായിരിക്കാം എന്നാണ്. അന്ന് വിറ്റിയിൽനിന്നും കിങ്സ് സർക്കിൾ സ്റ്റേഷൻ വരെ ട്രെയിനിൽ സഞ്ചരിക്കേണ്ടി വന്ന എന്റെ ഭാര്യ ആ യാത്രയെക്കുറിച്ച് പിന്നീട് എന്നോടു പറഞ്ഞതിങ്ങനെയാണ്: "പൊടുന്നനെയുള്ള ഒരു പൊട്ടിത്തെറിയിൽ ജീവിതം നിലയ്ക്കുന്ന നിമിഷം ഇതാവാം എന്ന് ഉറച്ചുവിശ്വസിച്ചിരുന്ന ആ യാത്രയിലെ ഓരോ നിമിഷവും മനസ്സിൽ തോന്നിയത് പേടിയോ സങ്കടമോ നിരാശയോ ഒന്നുമായിരുന്നില്ല. മറിച്ച്, ഒരുപക്ഷേ, ആ നിമിഷത്തിനുമാത്രം ആവശ്യമായി വരുന്ന അപാരമായ ഒരുതരം ധൈര്യമായിരുന്നു. മനസ്സിൽ ബാക്കി നിന്നിരുന്ന മോഹവും പ്രാർത്ഥനയും അലക്സെങ്കിലും സുരക്ഷിതനായി മോളുടെ അടുത്തെത്തണമെന്നും അവൾ അനാഥയായി പോകരുതെന്നതും മാത്രമായിരുന്നു."

വൈവിദ്ധ്യത്തിന്റെ കർഷകരെക്കുറിച്ച്

തെങ്ങിൻതലപ്പുകളുടെ ഏകതാനതയ്ക്കിടയിൽ തെളിഞ്ഞു നില്ക്കുന്ന ആഞ്ഞിലിയുടെയും തേക്കിന്റെയും വ്യതിരിക്തവ്യക്തിത്വങ്ങൾ. പ്ലാവിന്റെയും മാവിന്റെയും സൗമ്യമധുരമായ തണലുകൾ. മറ്റു ഫലവൃക്ഷങ്ങളായ ഞാവൽ, ചാമ്പ, ആത്ത, പേര, മാതളം, മൾബറി, ഓമ. പാളേന്തോടനും റോബസ്റ്റായും മുതൽ പൂവനും കദളിയും ഏത്തനും വരെയുള്ള വാഴകളുടെ വൈവിദ്ധ്യത്തിന്റെ നിലയ്ക്കാത്ത നിര.

വെൺവയലറ്റ് പൂക്കളുള്ള ശീമക്കൊന്നകൾ. ചിത്രപ്പണികളുള്ള ഇലകളോടുകൂടിയ ശീമപ്ലാവുകൾ. അതിലും ചെറുതെങ്കിലും വീതിയുള്ള ഇലകളുള്ള ബദാം. വിവിധ വർണ്ണങ്ങളിലുള്ള പൂങ്കുലകൾ പേറുന്ന ഗുൽമോഹറുകൾ, കൊന്നകൾ.

മലയാളിയുടെ മീൻകറിയുടെ രുചിദായകനും സംരക്ഷകനുമായ കുടമ്പുളി. എത്തിപ്പിടിക്കാൻ പറ്റാത്ത കൊമ്പുകളിൽ തൂങ്ങിനിന്നാടുന്ന വാളൻപുളികൾ. അതിദരിദ്രന്റെ ഡിസ്പോസബിൾ പ്ലേറ്റും കമ്പോസ്റ്റിനു വളവുമായ വട്ടയുടെ വൃത്തപത്രങ്ങൾ. അച്ചാറിനും കറികൾക്കുമുള്ള പുളിപ്പൻ ഫലങ്ങളെ തരുന്ന നെല്ലി, അമ്പഴം, ഇലിമ്പിപ്പുളി. അവിയലിനനിവാര്യമായ നീളൻകായകളെ നല്കുന്ന മുരിങ്ങ. കറുവയെ അനുസ്മരിപ്പിക്കുന്ന വഴന. ഒരു തീപ്പൊരിപോലും ചിതറാതെ നില്ക്കുന്ന തീപ്പെട്ടിയുണ്ടാക്കുവാനുപയോഗിക്കുന്ന ആഴാന്ത.

പട്ടിണിമരണങ്ങളെ അതിജീവിക്കുവാൻ സഹായിക്കുന്ന മരണമില്ലാത്തവനായ മരച്ചീനി. ഉയരങ്ങളിലേക്കും മണ്ണിലേക്കു നെടുകെയും പടർന്നുകയറുന്ന കാച്ചിൽ. ചേനകളുടെ ഹരിതവർണ്ണക്കുടകൾ. ശീമക്കിഴങ്ങുവള്ളികൾ. ഇഞ്ചിയുടെയും മഞ്ഞളിന്റെയും ഉയർച്ച പ്രാപിക്കാമോഹങ്ങൾ.

തെങ്ങൊഴികെ എല്ലാ മരങ്ങളിലും പടർത്തിക്കയറ്റുന്ന കുരുമുളകെന്ന ആഗോളപ്രശസ്തമായ ഇഹലോകവള്ളി. എല്ലാവരെയും

തോല്പിച്ചു മുകളിലേക്കു പോകുന്ന അടയ്ക്കാമരങ്ങൾ. കാറ്റിന്റെ ഹുങ്കാരമുയരുന്ന മുളങ്കാടുകൾ. കുളക്കോഴികൾ കൂടുവയ്ക്കുന്ന കൈതപ്പൊന്തകൾ. ഇളംകാറ്റിൽ ആൽമരങ്ങളുടെ ഇലകളിൽനിന്നുയരുന്ന വിശുദ്ധ മർമ്മരം.

മോഹിപ്പിക്കുന്ന ചുവന്ന പുഷ്പങ്ങളുമായി നില്ക്കുന്ന മുള്ളുമുരിക്കു കൾ. ചെമ്പഴുക്കയുടെ നിറമുള്ള വിഷഫലങ്ങളെ ഉയർത്തിക്കാട്ടുന്ന തൊണ്ടി. പറങ്കിമാവുകൾ നിഴൽ വിടർത്തുന്ന വെളിമ്പ്രദേശങ്ങൾ. യക്ഷികളുടെ അധിവാസകേന്ദ്രങ്ങളെന്നു വിശ്വസിക്കപ്പെടുന്ന കരിമ്പനകളും പാലകളും...

മേല്പറഞ്ഞ ദൈർഘ്യമേറിയ സസ്യസമുച്ചയത്തിൽ മിക്കവയും കേരളത്തിലെ പുരാതനമായ പല ഇടത്തരം വീട്ടുപറമ്പുകളിലും കാണാം. ആ പുരയിടങ്ങളോടുതന്നെ ചേർന്ന് നെൽവയലുകളുമുണ്ടാവും. വടക്കോട്ടു നീങ്ങുമ്പോൾ ആ നെൽവയലുകൾക്കിടയിൽ ഊർദ്ധ്വകായന്മാരായ പനകൾ കാണാം. പാർപ്പിടസ്ഥലം തേടിയുള്ള അന്വേഷണത്തിൽ ഈ നെൽവയലുകളിൽ നല്ലൊരു പങ്ക് നികത്തപ്പെടുന്നുണ്ടെന്നതു ശരിതന്നെ. കേരളത്തിലെ മൊത്തം ഭൂമിയിൽ ഗണ്യമായൊരു ഭാഗം - പ്രത്യേകിച്ചും തിരുവിതാംകൂർ, കൊച്ചി പ്രദേശത്ത് - കാർഷികമെന്ന നിലയിൽനിന്നും റിയൽ എസ്റ്റേറ്റായി മാറുമ്പോൾ നെൽവയലുകൾ മാത്രം ആ പ്രക്രിയയിൽനിന്ന് വേറിട്ടുനില്ക്കുന്നതെങ്ങനെ?

സമഗ്രകൃഷി

മലയാളിയുടെ മുകളിൽ വിവരിച്ച സമഗ്രകൃഷിസംസ്കൃതിക്കൊരപവാദം റബ്ബർ മാത്രമാണ്. അവൻ മാത്രമാണ് ചില ചെറിയ പ്രദേശങ്ങളെ മൊത്തത്തിൽ കീഴ്പ്പെടുത്തി ഒന്നിനെയും വളരാനനുവദിക്കാതെ വിരാജിക്കുന്നത്. കാപ്പി, തേയില, ഏലം, ഗ്രാമ്പു, കറുവാ എന്നിവയുടെ തോട്ടങ്ങൾ ഇല്ലെന്നല്ല. എന്നാൽ അവയൊക്കെ ചില പ്രത്യേക മേഖലകളിൽ അവയ്ക്കായി സജ്ജമാക്കപ്പെട്ട സ്ഥലങ്ങളിൽ മാത്രമാണുള്ളത്. വീട്ടുവളപ്പുകളോടു ചേർന്ന തുണ്ടുകളെ അവ കീഴ്പ്പെടുത്തിയിട്ടില്ല.

അനേകം വൃക്ഷലതാദികളും ചെടികളും ഒന്നിച്ചുവളർത്തുന്ന ഈ സമഗ്ര കൃഷിരീതി ഇന്ത്യയിൽ മറ്റൊരിടത്തുംതന്നെ കാണപ്പെടുന്നില്ല എന്നു പറയാം. അനന്യമായ ജനിതക വൈവിദ്ധ്യം അവകാശപ്പെടാവുന്ന കേരളത്തിന്റെ പ്രകൃതിയും ആദിമനിവാസികളും തമ്മിൽ ജീവസന്ധാരണാർത്ഥം നടന്ന സംസർഗ്ഗങ്ങളിലൂടെയാവാം ഈ കൃഷിരീതിയുടെ തുടക്കം. വനത്തിൽനിന്നും ആദിമകൃഷിയിടങ്ങൾ തെളിച്ചെടുത്തപ്പോൾ ഈ ജനിതക സമ്പത്തിൽനിന്നും ഉപയോഗയോഗ്യമായവയെ ഒക്കെ നിലനിർത്തുകയോ നഷ്ടപ്പെടാനിടയുള്ളവയുടെ വംശവർദ്ധനവിനുവേണ്ട മുൻകരുതലുകളെടുക്കുകയോ ചെയ്തിരിക്കണം. ഇങ്ങനെ സംരക്ഷിച്ചവയോടൊപ്പം ദൈനംദിന പ്രകൃതിസമ്പർക്കങ്ങളിലൂടെ നേടിയ പുതിയ കണ്ടെത്തലുകളും കൂട്ടിച്ചേർത്തിരിക്കാം. അതിപ്രാചീനകാലം മുതൽക്കുള്ള വിവിധ വിദേശ സമ്പർക്കങ്ങളിലൂടെ ലഭിച്ചവയെയും ഇതോടു കൂട്ടിച്ചേർത്തിട്ടുണ്ടാവണം. വൈവിദ്ധ്യത്തിന്റെ വേരുകളിലൂ

ന്നിയും കേരളപ്രകൃതിയുമായും കടലുകളക്കരെയുള്ള ബാഹ്യസംസ്കാരങ്ങളുമായുള്ള നിരന്തര സമ്പർക്കങ്ങളിലൂടെ മലയാളിയിൽ ക്രമേണ ഉരുത്തിരിഞ്ഞുവന്ന 'കാതലിക്' ലോകവീക്ഷണമാവാം ഈ കൃഷിരീതിയുടെ കാര്യത്തിലെന്നപോലെ മറ്റു പലതിലും വൈവിദ്ധ്യത്തെ ഉൾക്കൊള്ളാൻ മലയാളി ആർജ്ജിച്ച കഴിവിന് ഉപോദ്ബലകമായി പ്രവർത്തിച്ചിട്ടുണ്ടാവുക.

ഇതിനു കത്തോലിക്കാ സഭയുമായി ബന്ധമൊന്നുമില്ല. 'കാതലിക്' എന്ന പദത്തിനർത്ഥം വിപുലവും പൊതുവും വൈവിദ്ധ്യമാർന്നതുമായ താല്പര്യങ്ങളുള്ള എന്നാണ്. സമാനമായ അർത്ഥമുള്ള കാതലിക്കോസ് എന്ന ഗ്രീക്ക് പദത്തിൽനിന്നത്രേ കാതലിക് എന്ന പദമുത്ഭവിക്കുന്നത്. സ്വന്തം ജീവിതപരിസ്ഥിതിയിലേക്കൊട്ടനേകം ഘടകങ്ങളെ കടത്തിവിടാനും അവയെ പല്ലും പഴുതും കാണാതെ ഒരൊറ്റ സമഗ്രതയിലേക്കുരുക്കിച്ചേർക്കാനും ചരിത്രപരമായി മലയാളി നേടിയ കഴിവാണ് മറ്റു ചില രംഗങ്ങളിലെന്നപോലെ അവന്റെ സമഗ്രകൃഷി സംസ്കൃതി രൂപം കൊള്ളുന്നതിനും സഹായകമായിട്ടുണ്ടാവുക.

വൈവിദ്ധ്യം

കേരളത്തിൽ പ്രത്യേകിച്ചും ഒരളവുവരെ ദക്ഷിണേന്ത്യയിലും ഭൗതിക സംസ്കൃതിയിൽ, (Material Culture) ഈ വൈവിദ്ധ്യ സ്വാംശീകരണം നടന്നിട്ടുള്ള മറ്റു രണ്ടു മേഖലകളാണ് ഭക്ഷണരീതിയും പാചകവും. മത്സ്യമാംസാദികൾ മലയാളിക്കു പ്രത്യേകിച്ചും ഒരു പരിധിവരെ ദക്ഷിണേന്ത്യക്കാർക്കും അത്രതന്നെ വർജ്ജ്യമല്ല. ഇതുകൂടാതെ സസ്യാഹാരങ്ങളുടെ കാര്യത്തിലും കേരളവും ദക്ഷിണേന്ത്യയും ഏറെ വൈവിദ്ധ്യം നിലനിർത്തുന്നു. ഉരുളക്കിഴങ്ങിനെയും സവോളയെയും ദക്ഷിണേന്ത്യക്കാർ ഒരു സവിശേഷ സ്ഥാനത്ത് അവരോധിച്ചിട്ടില്ല. എല്ലാ പച്ചക്കറികൾക്കും തെക്കന്റെ അടുക്കളയിൽ ഏതാണ്ടൊരേ സ്ഥാനമാണുള്ളത്. മത്സ്യമാംസാദികളെക്കൂടി ഉൾക്കൊള്ളുന്നതും സസ്യാഹാരത്തിലെ വൈവിദ്ധ്യം നിലനിർത്തുന്നതുമായ ഈ ആഹാരരീതി പലതരത്തിലുള്ള സമ്പർക്കങ്ങളിലൂടെ ഉടലെടുത്തതാവാം. പല കൂട്ടാനുകൾ ചേർത്ത് ഊണുകഴിക്കുന്ന രീതിയും തെക്കന്റെ തനതാണ്. ഇതിനെയാണ് മുംബൈയിലെ ഹോട്ടലുകൾ ഏറ്റെടുത്തു പൂരി കൂടി ചേർത്ത് 'താലി'യാക്കിയത്. തെക്കിൽനിന്നും വ്യത്യസ്തമായ ചില കറികളോടു കൂടിയ താലി മഹാരാഷ്ട്രയിലെ പൂനപോലുള്ള പട്ടണങ്ങളിലും ഉൾപ്രദേശങ്ങളിലും കാണുന്നതും ഒരു തെക്കൻ അനുകരണമാവാനാണ് സാദ്ധ്യത.

പ്രാതലിനും ഊണിനും പ്രത്യേകം വിഭവങ്ങൾ തെക്കുണ്ട്. തെക്കും, കേരളത്തിൽ പ്രത്യേകിച്ചും ഇവ രണ്ടിലും ഏറെ വൈവിദ്ധ്യവും നിലനില്ക്കുന്നു. നമ്മുടെ ജനിതക സമ്പത്തിൽനിന്നു ലഭ്യമായവയെയും പുറത്തുനിന്നു ലഭിച്ചവയെയും നാമിക്കാര്യത്തിലും ഉൾക്കൊണ്ടിട്ടുണ്ടാവാം.

ഭൗതികേതര സംസ്കാരത്തിൽ കേരളത്തിനുള്ള വൈവിദ്ധ്യം ഏറെ

പ്രാചീന കാല വാണിജ്യത്തിൽ പ്രമുഖ സ്ഥാനമുള്ള പെരിയാറിന്റെ ഇന്നത്തെ അഴിമുഖം.

ശ്രദ്ധ ഇതിനകംതന്നെ പിടിച്ചുപറ്റിയിട്ടുണ്ട്. നമ്മുടെ അനവധിയായ കലാരൂപങ്ങളാണ് അവയിൽ പ്രധാനം. ഉത്തരേന്ത്യൻ സംസ്കാരങ്ങളെ അപേക്ഷിച്ച് കേരളേതരമായ ദക്ഷിണേന്ത്യൻ സംസ്ഥാനങ്ങൾക്കും പല കലാരൂപങ്ങളുമുണ്ടെങ്കിലും കേരളത്തിനുള്ളത്ര വിപുലമായ ഒരു ശേഖരം അവർക്ക് അവകാശപ്പെടാനില്ല. ഇവയോരോന്നിനെക്കുറിച്ചും പ്രത്യേകമായെഴുതുക ഈ ലേഖനത്തിന്റെ ഉദ്ദേശത്തിനതീതമായതിനാൽ അതിലേക്കു കടക്കുന്നില്ല. ഇത്രതന്നെ പ്രസക്തമാണ് കേരളത്തിലിന്ന് നിലനില്ക്കുന്നതും മുൻപ് വേരോട്ടമുണ്ടായിരുന്നതുമായ വിവിധ മതങ്ങൾ.

വാണിജ്യബന്ധങ്ങൾ

അതിപ്രാചീന കാലംമുതൽ കേരളവും മറ്റു വിദേശനാടുകളുമായി നടന്നുകൊണ്ടിരുന്ന കച്ചവടവും കൊള്ളകൊടുക്കലുകളും മലയാളിയുടെ 'കാതലിക്' ലോകവീക്ഷണത്തിന്റെ രൂപീകരണത്തിൽ ഒരു പ്രധാന പങ്കു വഹിച്ചിട്ടുണ്ട്. പഴയനിയമത്തിലെ ദാവീദിന്റെ പുത്രനായ സോളമൻ രാജാവിന് താർഷീഷ് നാവികർ ആനക്കൊമ്പും കുരങ്ങുകളും മയിലുകളും കൊണ്ടുവന്നിരുന്നു എന്നതിൽനിന്നും ഇന്ത്യൻ ഉല്പന്നങ്ങൾ ഹീബ്രു വംശത്തിന് പ്രാചീനകാലം മുതൽക്കേ ലഭിച്ചിരുന്നു എന്നനുമാനിക്കാമെന്നു എ എൽ ബാഷാം ചൂണ്ടിക്കാട്ടുന്നു. മാത്രമല്ല, സോളമനുവേണ്ടി അദ്ദേഹത്തിന്റെ സ്നേഹിതനായിരുന്ന ടൈറിലെ രാജാവ് ഹീറാം വിലപിടിച്ച രത്നങ്ങളും ആൽമഗ് മരങ്ങളും കയറ്റിക്കൊണ്ടുപോയിരുന്ന ഓഫീർ തുറമുഖം മുംബൈയ്ക്കടുത്തു സുപാറ ആയിരുന്നുവെന്നും

ബാഷാം കരുതുന്നു. 'ആൽമഗ്' എന്നത് സംസ്കൃതത്തിൽ ചന്ദനത്തടി എന്നർത്ഥം വരുന്ന 'വാൽഗുമ' എന്ന പദത്തിൽനിന്നും ഉത്ഭവിച്ചതാണെന്നും ഇതിന് സമാനമായ ഒരു ഹീബ്രുവാക്ക് ഗ്രീക്ക് ഭാഷയിലെ പഴയ നിയമഗ്രന്ഥത്തിലുണ്ടെന്നും അദ്ദേഹം ചൂണ്ടിക്കാട്ടുന്നു. ഓഫീർ ഇന്ത്യയിലായിരുന്നുവെന്ന് ജൂതചരിത്രകാരനായ ജോസഫൂസും വിശുദ്ധ ജെറോമും വ്യക്തമായും കരുതിയിരുന്നതായി എൻസൈക്ലോപീഡിയാ ബ്രിട്ടാനിക്കായും സൂചിപ്പിക്കുന്നു. ഓഫീറിന്റെ ഉല്പന്നങ്ങൾക്ക് ഹീബ്രുവിലുപയോഗിക്കുന്ന പേരുകൾ ഇന്ത്യൻ ഭാഷകളിൽനിന്ന് ഉത്ഭവിച്ചവയാണെന്നും, ചന്ദനത്തടിയും മയിലുകളും ഇന്ത്യയിൽ സുലഭമായി ഉണ്ടായിരുന്നുവെന്നും തങ്ങളുടെ നിഗമനത്തിനുപോദ്ബലകമായി അവർ ചൂണ്ടിക്കാട്ടുന്നു. ചന്ദനത്തടി ദക്ഷിണേന്ത്യയിൽനിന്നും ഗുജറാത്തിലെ തുറമുഖങ്ങൾ വഴി അറേബ്യയിലൂടെ സിറിയയിലെത്തിച്ചേർന്നിരിക്കാമെന്നു പി റ്റി ശ്രീനിവാസയ്യങ്കാർ അഭിപ്രായപ്പെടുന്നു. സോളമനു ഷീബാറാണി നല്കിയ സമ്മാനങ്ങളിൽപ്പെട്ട സുഗന്ധദ്രവ്യങ്ങൾ അവയുടെ ജന്മദേശമായ ഇന്ത്യയിൽനിന്നും ഇന്ത്യൻ പായ്ക്കപ്പലുകളിൽ ആഫ്രിക്കൻ തീരങ്ങളിലേക്കും അവിടെനിന്നും റാണിയുടെ കരങ്ങളിലേക്കും എത്തിയതാവണമെന്നും ശ്രീനിവാസയ്യങ്കാർ കരുതുന്നു. ആഫ്രിക്കയിലെ സോമാലി നാട്ടിലെ 'പന്ത്' (Punt) എന്ന തുറമുഖം ബി സി രണ്ടാം സഹസ്രാബ്ദത്തിൽ ഇന്ത്യയും ഈജിപ്തും തമ്മിലുള്ള വ്യാപാരത്തിലെ ഒരിടത്തുറമുഖമായിരുന്നുവത്രെ. മാത്രമല്ല, ഇവിടംവഴിയുള്ള കച്ചവടം നിയന്ത്രിച്ചിരുന്ന അറബികൾ മലബാറിലും ചൈനയിലും ഉല്പാദിപ്പിച്ചിരുന്നതും അന്ന് ഈജിപ്തിലും പാലസ്തീനിലും ഒരത്ഭുതവസ്തുവായി കരുതിയിരുന്നതുമായ ഇലവംഗത്തിന്റെ ഉറവിടംതന്നെ പന്ത് ആണെന്ന് പ്രചരിപ്പിക്കുകയും ചെയ്തിരുന്നു. കച്ചവടത്തിൽ അറബികളല്ലാത്തവരും ഇത്തരം പ്രചരണങ്ങൾ നടത്താറുണ്ടല്ലോ. ഹീബ്രു പുരോഹിതന്മാരുടെ സ്ഥാനാരോഹണത്തോടനുബന്ധിച്ചുള്ള തൈലാഭിഷേകത്തിനുപയോഗിച്ചിരുന്ന ലേപനത്തിന്റെ ചേരുവയിലെ പ്രധാനയിനം ഇലവംഗത്തിന്റെ തൈലമായിരുന്നുവെന്നു പുറപ്പാടു പുസ്തകത്തിൽ പറയുന്നു.

സോളമനു താർഷീഷ് നാവികരിൽനിന്നു ലഭിച്ച കുരങ്ങുകളും മയിലുകളും അക്കാലത്തെ ഈജിപ്തിലെയും പാലസ്തീനിലെയും ഉപരിവർഗ്ഗത്തിന്റെ ഓമനജീവികളായിരുന്നു. അവയും ഇന്ത്യയിൽനിന്നാണത്രെ അയയ്ക്കപ്പെട്ടിരുന്നത്. കുരങ്ങിന് ഹീബ്രുവിലുപയോഗിച്ചിരുന്ന പദമായ 'കോഫ്', ഇതിന് സമാന്തരമായ ഈജിപ്ഷ്യൻ പദമായ 'കാഫൂ' എന്നിവയും സംസ്കൃതത്തിലെ 'കപി'യും തമ്മിലുള്ള പ്രകടമായ സാമ്യത്തിൽനിന്നും ഈ വാക്ക് ഹെബ്രായക്കാരും ഈജിപ്ഷ്യരും സംസ്കൃതത്തിൽനിന്നു കടമെടുത്തതാണെന്നു ശ്രീനിവാസയ്യങ്കാർ അനുമാനിക്കുന്നു. ഹീബ്രുവിൽ മയിലിനു പറയുന്ന പദമായ 'തുർക്കി' തമിഴിലെ പക്ഷികളുടെ വാൽ എന്നർത്ഥം വരുന്ന 'തോഗൈ' എന്ന പദത്തിൽനിന്നാണെന്നും അദ്ദേഹം സൂചിപ്പിക്കുന്നു. മയിൽ തോഗൈ വിരുത്തി ആടും എന്ന് തമിഴർ പറയാറുണ്ട്.

ഹീബ്രുവിൽ ആനക്കൊമ്പിനു പറഞ്ഞിരുന്ന 'ഷെൻഹാബ്ബിൻ' എന്ന പദം സംസ്കൃതത്തിലെ 'ഇഭദന്ത' (ആനപ്പല്ല്)യുടെ തനി വിവർത്തനം ആയതിനാൽ സോളമനുണ്ടായിരുന്ന ആനക്കൊമ്പുകളുടെ വിപുലമായ ശേഖരത്തിൽ കുറേയെങ്കിലും ഇന്ത്യയിൽനിന്നുള്ളവ ആയിരുന്നിരിക്കണമെന്നും ശ്രീനിവാസഅയ്യങ്കാർ സമർത്ഥിക്കുന്നു. ആഫ്രിക്കയിലും ആനകളുണ്ടായിരുന്നുവെങ്കിലും ഇന്ത്യൻ ആനക്കൊമ്പ് വളരെ നേർമ്മയുള്ളതും കൊത്തുപണികൾക്കനുയോജ്യമായവയുമായിരുന്നുവത്രെ. ഇതുകൂടാതെ ഏറെ ഇടതൂർന്ന ആഫ്രിക്കൻ വനങ്ങളിൽനിന്നും ആനകളെ പിടിക്കുന്നതിനേക്കാൾ താരതമ്യേന ക്ലേശം കുറവായിരുന്നിരിക്കണം ഇന്ത്യയിൽ ആനകളെ പിടിക്കുവാനെന്നും അദ്ദേഹം കണക്കാക്കുന്നു.

റോമാബന്ധം

ക്രിസ്തുവിനുമുമ്പ് ഒന്നാം നൂറ്റാണ്ടു മുതൽ ദക്ഷിണേന്ത്യയിലെ ചേര, ചോള, പാണ്ഡ്യരാജ്യങ്ങളും റോമാക്കാരുമായി നിലനിന്നിരുന്ന കച്ചവടബന്ധങ്ങളെക്കുറിച്ച് ധാരാളം തെളിവുകൾ ലഭ്യമാണ്. കേരളത്തിലും തമിഴ്നാട്ടിലും നിന്ന് കുഴിച്ചെടുക്കപ്പെട്ട റോമൻ സ്വർണ്ണനാണയങ്ങളാണവയിൽ പ്രധാനം. അക്കാലത്ത് ഇന്ത്യയിലെതന്നെ ഒരു പ്രധാന തുറമുഖമായിരുന്ന പെരിയാർ നദീമുഖത്തു സ്ഥിതിചെയ്തിരുന്നു 'മുസിരിസ്' എന്ന ഇന്നത്തെ കൊടുങ്ങല്ലൂർ. എ ഡി 75 ൽ രചിക്കപ്പെട്ട പ്രശസ്ത നാവികശാസ്ത്രഗ്രന്ഥമായ *പരിപ്ലസി*ന്റെയും സംഘം കൃതികളുൾപ്പെടെയുള്ള ഇതര ഗ്രന്ഥങ്ങളുടെയും അടിസ്ഥാനത്തിൽ, കൊടുങ്ങല്ലൂർ കൂടാതെ പെരിപ്ലസുകാരൻ പറയുന്ന 'നൌരാ' കണ്ണൂരും തിണ്ടിസ് പൊന്നാനിയും നെൽക്കിണ്ടാ കോട്ടയത്തിനു സമീപവും ബക്കാരേ ആലപ്പുഴയ്ക്കടുത്തുള്ള പുറക്കാടുമാണെന്ന് കെ എ നീലകണ്ഠശാസ്ത്രി അഭിപ്രായപ്പെടുന്നു. 'യവനന്മാരുടെ കപ്പലുകൾ ചേരരാജാവിന് ചേർന്ന മനോഹരമായ പെരിയാറ്റിലെ നുരകളിളക്കിവന്ന് സ്വർണ്ണം കൊടുത്ത് കുരുമുളക് വാങ്ങിക്കൊണ്ടുപോകുന്നതായി' *അകനാനൂറി*ൽ പറയുന്നത് ഒരു തുറമുഖമെന്ന നിലയിൽ കൊടുങ്ങല്ലൂരിനുണ്ടായിരുന്ന പ്രാധാന്യത്തെയാണ് എടുത്തുകാട്ടുന്നതെന്ന് കെ ദാമോദരൻ ചൂണ്ടിക്കാട്ടുന്നു.

മൺസൂൺ കാറ്റ് ഇന്ത്യയുടെ തീരത്തേക്ക് വേഗത്തിലെത്താൻ സഹായകമാണെന്ന് കണ്ടെത്തിയത് ഹിപ്പാലസ് എന്ന ഗ്രീക്ക് നാവികനാണെന്നാണ് പരമ്പരാഗതമായ യൂറോപ്യൻ വിശ്വാസം. എന്നാൽ അങ്ങനെ കണ്ടുപിടിക്കുവാനായി ഒന്നുമില്ലായിരുന്നുവെന്നും അറബികൾ അതിനു മുമ്പുതന്നെ മൺസൂൺ കാറ്റുപയോഗിച്ചിരുന്നുവെന്നും റോമിലാ ഥാപ്പർ തന്റെ ദക്ഷിണേന്ത്യൻ ചരിത്രത്തിനുകൂടി പ്രാധാന്യം നല്കി രചിച്ച *ഇന്ത്യാചരിത്ര* പുസ്തകത്തിൽ പറയുന്നു. മൺസൂൺ എന്ന പദം അറബിയിൽ കാലാവസ്ഥ എന്നർത്ഥം വരുന്ന 'Mauzim' എന്ന പദത്തിൽ നിന്നാണെന്നും അവർ സ്ഥാപിക്കുന്നു. തെക്കുപടിഞ്ഞാറൻ മൺസൂൺ കാറ്റേറ്റു വരികയും വടക്കുകിഴക്കൻ കാറ്റത്ത് മടങ്ങിപ്പോകുകയുമാണ് ഈ കപ്പലുകൾ ചെയ്തിരുന്നത്.

അഗസ്തസ് ക്രിസ്തുവിനുമുമ്പ് 30 ൽ ഈജിപ്ത് കീഴടക്കിയശേഷം ഇന്ത്യയുമായി നേരിട്ടുള്ള സമുദ്രവ്യാപാരം അഭിവൃദ്ധിപ്പെടുത്തുവാൻ ശ്രമിക്കുകയുണ്ടായി. ഇക്കാലത്ത് ചേര, ചോള, പാണ്ഡ്യരാജാക്കന്മാരുടെ പ്രതിനിധിസംഘങ്ങൾ അഗസ്തസുമായി സമ്പർക്കം പുലർത്തുവാൻ പോയിരുന്നതായി വാർമിങ്ടൺ സൂചിപ്പിക്കുന്നു. അഗസ്തസിന്റെ പേരിൽ കൊടുങ്ങല്ലൂരിൽ ഒരു ക്ഷേത്രംതന്നെ ഉണ്ടായിരുന്നതായി പ്യൂടിംഗേറിയൻ ടേബിൾസിന്റെ അടിസ്ഥാനത്തിൽ വിൻസന്റ് സ്മിത്തും ശ്രീനിവാസയ്യങ്കാരും രേഖപ്പെടുത്തുന്നു. പല ദക്ഷിണേന്ത്യൻ രാജാക്കന്മാർക്കും റോമൻ അംഗരക്ഷകരുണ്ടായിരുന്നതായും പറയപ്പെടുന്നു. അക്കാലത്ത് റോമൻ അംഗരക്ഷകരെ നിയമിക്കുക രാജാക്കന്മാരുടെയിടയിൽ സാമൂഹ്യപദവിയുടെ ഒരു പ്രതീകം തന്നെയായിരുന്നിരിക്കണം.

കുരുമുളക് കൂടാതെ കേരളീയോല്പന്നങ്ങളായ കറുവപ്പട്ട, ഇലവംഗത്തൈലം, ഏലം, പുൽത്തൈലം, ഇഞ്ചി, ജാതിക്ക എന്നിവയും കയറ്റി അയച്ചിരുന്നതായി വിവിധ സ്രോതസ്സുകളുടെ പിൻബലത്തോടെ ശ്രീനിവാസയ്യങ്കാർ രേഖപ്പെടുത്തുന്നു. അകിൽ, ഈട്ടി, തേക്ക്, ചന്ദനം എന്നീ തടികൾ ദക്ഷിണേന്ത്യയിൽനിന്ന് കയറ്റി അയച്ചിരുന്നതിലും കേരളത്തിന്റെ പങ്കുണ്ടായിരുന്നിരിക്കണം. ഫർണിച്ചറിനെയും ഗൃഹോപകരണങ്ങളെയും മോടിപിടിപ്പിക്കുവാനും ചില കൗതുക വസ്തുക്കളുണ്ടാക്കുവാനും ഉപയോഗിച്ചിരുന്ന ആനക്കൊമ്പും റോമൻ വ്യാപാരത്തിലെ ഒരു പ്രധാന ഇനമായിരുന്നു. ഇതിലും ഗജബഹുലമായ കേരളത്തിന്റെ സംഭാവനയ്ക്ക് വളരെ സാദ്ധ്യതയുണ്ട്.

റോമിൽനിന്നുള്ള ഇറക്കുമതികൾ പ്രധാനമായും നാണ്യങ്ങൾ, വെളുത്തീയവും കറുത്തീയവും, മദ്യം, റോമൻ കരകൗശല വിദഗ്ദ്ധരുടെ ഉല്പന്നങ്ങൾ ഇവയായിരുന്നു. ദക്ഷിണേന്ത്യയിലേക്കു റോമൻ സ്വർണ്ണനാണ്യങ്ങൾ കൈമാറിക്കൊണ്ടാണ് തുടർച്ചയായുണ്ടായിരുന്ന തങ്ങളുടെ വ്യാപാരക്കമ്മി റോം നികത്തിയിരുന്നത്. റോമിലെ ഉപരിവർഗ്ഗത്തിന്റെ സുഖലോലുപത മൂലമുണ്ടായിരുന്ന ഈ ദക്ഷിണേന്ത്യൻ വ്യാപാരക്കമ്മി സൃഷ്ടിച്ചിരുന്ന വൻനഷ്ടത്തെക്കുറിച്ച് പെരിപ്ലസുകാരൻ വിലപിക്കുന്നുണ്ട്.

വാണിജ്യവികസനം

പില്ക്കാലത്ത് എ ഡി 10-ാം നൂറ്റാണ്ടിൽ രാജരാജചോളൻ, ചേരരാജാവും പാണ്ഡ്യരും സിലോണുമായി നിലനിന്നിരുന്ന സഖ്യം തകർത്ത് തന്റെ സാമ്രാജ്യം വിപുലപ്പെടുത്തുമ്പോൾ അദ്ദേഹത്തിന്റെ ഉന്നം പ്രധാനമായും കേരളത്തിന്റെ ഈ പടിഞ്ഞാറൻ വ്യാപാരത്തിൽ നിന്നുള്ള ആദായമായിരുന്നു. ചേരന്മാരെ കീഴ്പ്പെടുത്തുകവഴി കിഴക്കും പടിഞ്ഞാറും തീരങ്ങളെ ഒരേസമയം കൈയിലൊതുക്കിയ ചോളഭരണകാലത്ത് വിദേശവ്യാപാരം അഭൂതപൂർവ്വമായി വിപുലപ്പെടുത്തിയതായി പല ചരിത്രകാരന്മാരും രേഖപ്പെടുത്തുന്നു. ചൈനയും അറബിനാടുകളും തെക്കുകിഴക്കേഷ്യൻ രാജ്യങ്ങളുമായി കേരളത്തിനും ദക്ഷിണേന്ത്യക്കും വ്യാപാരബന്ധങ്ങളുണ്ടായിരുന്നു. വ്യാപാരം സുഗമമായി നടത്തുന്നതിന് തടസ്സമായിനിന്ന തെക്കൻ മലയാ ഉപദ്വീപും ഇന്തോനേഷ്യയുമടങ്ങുന്ന

'ശ്രീവിജയ', എന്ന തെക്കുകിഴക്കേഷ്യൻ രാജ്യത്തെ രാജരാജചോളൻ ആക്രമിച്ചു കീഴടക്കുകയാണ് ചെയ്തത്.

ചീനാബന്ധം

ക്രിസ്തുവിനുമുമ്പ്, രണ്ടാം സഹസ്രാബ്ദത്തിൽ ചൈനയും അറേബ്യയും കിഴക്കനാഫ്രിക്കയും തമ്മിലുള്ള വ്യാപാരത്തിൽ ഇന്ത്യൻ കപ്പലുകളുപയോഗിച്ചിരുന്നതായി ശ്രീനിവാസയ്യങ്കാർ അനുമാനിക്കുന്നു. ബി സി 12-ാം ശതകത്തെ സംബന്ധിക്കുന്ന ചൈനീസ് രേഖകളിൽ മലാക്കൻ കടലിടുക്കിലേക്കുള്ള യാത്രകളെക്കുറിച്ച് പരാമർശമുണ്ട്. മലയാ ഈ വ്യാപാരത്തിലെ ഒരിടത്താവളമായിരുന്നു. ദക്ഷിണേന്ത്യൻ കച്ചവടക്കാർ ഇതിലെ ഇടനിലക്കാരും. പട്ടും പഞ്ചസാരയുമായിരുന്നു ചൈനയിൽനിന്നുള്ള പ്രധാന ഇറക്കുമതിവസ്തുക്കളായി കരുതപ്പെടുന്നത്. പട്ടിന് ചീനയിൽനിന്ന് വരുന്നത് എന്നർത്ഥം വരുന്ന 'ശീണം' എന്നാണത്രെ തമിഴിൽ പറഞ്ഞിരുന്നത്. ചൈനയും ഉത്തരഭാരതവുമായി ഖോടാൻ പാസ് വഴി കരമാർഗ്ഗം ബന്ധപ്പെട്ടിരുന്നു. ആ മാർഗ്ഗത്തിൽ ചില ആക്രമണങ്ങളുണ്ടായതോടെയാണത്രെ ദക്ഷിണേന്ത്യൻ തുറമുഖങ്ങൾ വഴിയുള്ള കടൽമാർഗ്ഗത്തിന് പ്രചാരമേറിയത്.

പടിഞ്ഞാറൻ സംസ്കൃതിയുടെ ഈറ്റില്ലമായ റോമായുമായി കേരളത്തിനുണ്ടായിരുന്ന ബന്ധം പോലെത്തന്നെ പ്രസക്തമാണ് പൗരസ്ത്യ വിജ്ഞാനത്തിന്റെ പ്രധാന സ്രോതസ്സുകളിലൊന്നായ ചൈനയുമായുള്ള ബന്ധം. ബുദ്ധമതത്തെക്കുറിച്ച് പഠിക്കുവാനായി എ ഡി ഏഴാം നൂറ്റാണ്ടിൽ ഇന്ത്യയിലെത്തിയ ഹ്യൂൻസാങ് ദക്ഷിണേന്ത്യ സന്ദർശിച്ചിട്ടുണ്ട്. എ ഡി ഏഴാം നൂറ്റാണ്ടുമുതൽ പത്താം നൂറ്റാണ്ടുവരെ ചൈന ഭരിച്ച ടങ് രാജവംശത്തിന്റെ നാണയങ്ങൾ ദക്ഷിണേന്ത്യയിൽനിന്നും കുഴിച്ചെടുക്കപ്പെട്ടിട്ടുണ്ട്. മറ്റു തെക്കുകിഴക്കേഷ്യൻ രാജ്യങ്ങളായ മലയായിലും ഇന്തോനേഷ്യയിലും ദക്ഷിണേന്ത്യൻ വ്യാപാരികൾ തങ്ങളുടെ കോളനികൾതന്നെ സ്ഥാപിച്ചിരുന്നു.

പ്രാചീന കേരളത്തിലെ ഒരു പ്രധാന തുറമുഖമായിരുന്ന കൊല്ലം ചൈനീസ് കച്ചവടത്തിന്റെ ഒരു കേന്ദ്രമായിരുന്നു. ചൈനീസ് കച്ചവട സംഘങ്ങൾ കൊല്ലം കേന്ദ്രീകരിച്ച് പ്രവർത്തിച്ചിരുന്നു. കൊല്ലത്ത് ഇന്നറിയപ്പെടുന്ന ചിന്നക്കട അവരുടെ പ്രവർത്തനസ്ഥലമായിരുന്നുവത്രെ. എ ഡി ഏഴാം നൂറ്റാണ്ടു മുതൽതന്നെ കൊല്ലവും ചൈനയുമായി നിലനിന്നിരുന്ന വാണിജ്യബന്ധങ്ങളെക്കുറിച്ചു പ്രൊഫസർ ഹരപ്രസാദ് റേ ചൂണ്ടിക്കാട്ടുന്നു. 9-ാം നൂറ്റാണ്ടുമുതൽ 15-ാം നൂറ്റാണ്ടുവരെ ചില ഏറ്റക്കുറച്ചിലുകളോടെ ഈ ബന്ധം തുടർന്നുകൊണ്ടിരുന്നതായി അനവധി രേഖകളെ ഉദ്ധരിച്ചുകൊണ്ടു റേ സ്ഥാപിക്കുന്നു. ചൈനയിലെ യുവാൻ (Yuan), മിങ് (Ming) എന്നീ രാജവംശങ്ങളുമായി വേണാടിന്റെ തലസ്ഥാനമായ കൊല്ലം നയതന്ത്രബന്ധങ്ങളും പുലർത്തിയിരുന്നു.

പതിനഞ്ചാം നൂറ്റാണ്ടിന്റെ ആദ്യത്തെ നാല് ദശകങ്ങളിൽ കോഴിക്കോടും കൊച്ചിയും ചൈനയുമായി നിലവിലിരുന്ന വാണിജ്യബന്ധങ്ങളെക്കുറിച്ച് വിപുലമായ സ്രോതസ്സുകളുടെ പിൻബലത്തോടെ റേ പ്രതി

ചീനവല ഇന്നും ഉപയോഗത്തിൽ

പാദിക്കുന്നു. ഈ കാലയളവിൽ ചൈനയിൽനിന്നു കോഴിക്കോട്ടേക്കു പത്തും അവിടെനിന്ന് ചൈനയിലേക്കു പതിനൊന്നും സന്ദർശനങ്ങൾ നടത്തിയിട്ടുണ്ട്. കൊച്ചിയിൽനിന്നു ചൈനയിലേക്ക് ഒമ്പതു പ്രാവശ്യവും ചൈനയിൽനിന്ന് കൊച്ചിയിലേക്ക് എട്ടുപ്രാവശ്യവും സന്ദർശനങ്ങളുണ്ടായിട്ടുണ്ട്. കൊച്ചിയിൽ ചീനക്കാരുടെ താല്പര്യം കുരുമുളകിലായിരുന്നുവെങ്കിൽ കൂടുതൽ വിപുലമായ ചരക്കുകളുടെ ഒരു നിരതന്നെയാണ് അവർ കോഴിക്കോട്ടുനിന്നും ഇറക്കുമതി ചെയ്തിരുന്നത്. കേരളത്തിന്റെയും ദക്ഷിണേന്ത്യയുടെയും ഉല്പന്നങ്ങളായ കുരുമുളക്, ചന്ദനത്തടി, പവിഴങ്ങൾ, കോറലുകൾ, പെയ്ന്റിങ്ങും ചിത്രത്തുന്നലുമുള്ള തുണിത്തരങ്ങൾ എന്നിവ കൂടാതെ, അറേബ്യൻ വാണിജ്യം വഴി കോഴിക്കോട്ടുകൂടി കടന്നുപൊയ്ക്കൊണ്ടിരുന്ന ഒട്ടനേകം വസ്തുക്കളും ചീനക്കാർ കോഴിക്കോട്ടുനിന്നും ഇറക്കുമതി ചെയ്തിരുന്നു. അറേബ്യൻ വാണിജ്യ

ത്തിലെ ഒരിടത്താവളമായി 15-ാം നൂറ്റാണ്ടിനും വളരെ മുൻപുതന്നെ കോഴിക്കോട് വികസിച്ചുകഴിഞ്ഞിരുന്നു.

കേരളത്തിൽ ഇന്നുപയോഗിക്കുന്ന ചീനച്ചട്ടി, ചീനഭരണി, ചീനപ്പിഞ്ഞാണം, ചീനവല എന്നിവ ചൈനീസ് ബന്ധത്തിന്റെ സംഭാവനകളാണ്. ഏഴ് കടലോടിവന്ന പട്ട് എന്നായിരുന്നു ചീനപ്പട്ടിനെക്കുറിച്ച് ആലങ്കാരികമായി പരാമർശിച്ചിരുന്നത്. കേരളീയവും ദക്ഷിണേന്ത്യനുമായ വാസ്തുശില്പ പാരമ്പര്യവും ചീനൻ-തെക്കുകിഴക്കേഷ്യൻ പാരമ്പര്യവും തമ്മിലും പ്രകടമായ സാദൃശ്യം കാണാം. ഉയർത്തിക്കെട്ടിയ ത്രികോണാകൃതിയിലുള്ള കൂർത്ത മേല്പ്പുരകളുള്ള കെട്ടിടങ്ങൾ ഇതിനൊരുദാഹരണമാണ്. ദക്ഷിണേന്ത്യക്കാരെപ്പോലെ ചീനക്കാരും അരിഭോജികളാണ്. മലയാളിയുടെ പ്രിയപ്പെട്ട പാലപ്പവും ഒരു ചീനൻ സംഭാവനയാണെന്ന് പറയപ്പെടുന്നു. ചീനൻ വഴിക്കുള്ള സാദൃശ്യങ്ങളുടെയും സ്വാംശീകരണങ്ങളുടെയും നിര വളരെ നീണ്ടതാണ്.

മതവും കച്ചവടവും

ക്രൈസ്തവ, ഇസ്ലാം മതങ്ങളുമായി അവയുടെ ആവിർഭാവത്തോടടുത്ത കാലത്തുതന്നെ കേരളത്തിന് ബന്ധപ്പെടാൻ കഴിഞ്ഞിരുന്നു. അറബി-ഇസ്രായേൽ നാടുകളുമായി കേരളത്തിനുണ്ടായിരുന്ന വാണിജ്യബന്ധത്തിന്റെ പശ്ചാത്തലത്തിൽവേണം വിശുദ്ധ തോമസ് കേരളത്തിലെത്തിയതിനെയും അദ്ദേഹം പിന്നീട് നടത്തിയ മതപ്രവർത്തനങ്ങളെയും കാണുവാൻ. കച്ചവടത്തിനുപയോഗിച്ചിരുന്ന ഈ നാവികമാർഗ്ഗവും അതുപയോഗപ്പെടുത്തുവാനുള്ള ഭാവനയും സാഹസികതയുമില്ലായിരുന്നുവെങ്കിൽ വി. തോമസ് കേരളത്തിലെത്തുമായിരുന്നില്ല. ക്രിസ്തു ശിഷ്യനാകുന്നതിനുമുമ്പ് തോമസ് ഒരു ചെറുകിട കച്ചവടക്കാരനായിരുന്നു. കസാൻ ദ സാക്കീസ് 'ക്രിസ്തുവിന്റെ അന്ത്യപ്രലോഭന'ങ്ങളിലും തോമസിന്റെ ഈ പൂർവ്വപശ്ചാത്തലം വിവരിക്കുന്നുണ്ട്.

എ ഡി രണ്ടാം ശതകത്തിൽ ശ്രീലങ്കക്കാരനായ മണിക്കവസാഗർ എന്ന ധിഷണാശാലിയായ ഹൈന്ദവ മതതത്ത്വചിന്തകൻ കേരളത്തിലെ രണ്ടു ക്രൈസ്തവ കുടുംബങ്ങളെ ഹിന്ദുമതത്തിലേക്ക് പുനഃപരിവർത്തനം ചെയ്തതായി വിശ്വസിക്കപ്പെടുന്നു. ക്രിസ്തുവിന് പിമ്പ് രണ്ടാം നൂറ്റാണ്ടിൽത്തന്നെ കേരളത്തിൽ ക്രൈസ്തവരുണ്ടായിരുന്നുവെങ്കിൽ അതിനൊരു നൂറ്റാണ്ടുമുൻപ് വിശുദ്ധ തോമസിലൂടെ കേരള ക്രൈസ്തവസഭ രൂപമെടുത്തു എന്ന വിശ്വാസത്തെ അത് ശക്തിപ്പെടുത്തുകയാണെന്ന് വിൻസെന്റ് സ്മിത്ത് സമർത്ഥിക്കുന്നു.

വി വി കെ വാലത്ത് അഭിപ്രായപ്പെടുന്നതുപോലെ വിശുദ്ധ തോമസ് പള്ളികൾ സ്ഥാപിച്ച ഏഴു സ്ഥലങ്ങളായ പാലയൂർ, കൊടുങ്ങല്ലൂർ, പറവൂർ, കൊക്കമംഗലം, നിരണം, കൊല്ലം, നിലയ്ക്കൽ എന്നിവയിൽ ചിലത് അക്കാലത്തെ കച്ചവടകേന്ദ്രങ്ങളായിരുന്നിരിക്കാം. അന്നത്തെ പ്രധാന വിദേശ വാണിജ്യവസ്തുവായിരുന്ന കുരുമുളകിന്റെ ഉല്പാദനത്തിലും വിപണനത്തിലും തൃശൂർ, കോട്ടയം, കൊല്ലം പ്രദേശങ്ങളിൽ കേന്ദ്രീകരിച്ചിരുന്ന സെന്റ് തോമസ് ക്രിസ്ത്യാനികൾക്കും ദക്ഷിണ മൊസോ

പൊട്ടാമ്യയിൽനിന്നും ഒരു വർത്തകപ്രമാണിയായ ക്നാനായ തൊമ്മന്റെ നേതൃത്വത്തിലെത്തിയ ക്നാനായ ക്രൈസ്തവർക്കും ഒരു പ്രമുഖസ്ഥാനംതന്നെ ഉണ്ടായിരുന്നതായി കരുതപ്പെടുന്നു.

ഇത്തരം കച്ചവടയാത്രകളുടെ പശ്ചാത്തലത്തിലാണ് ജൂതന്മാരുടെ കച്ചവടസംഘങ്ങൾ കേരളത്തിലെത്തുന്നത്. അവർക്ക് നല്കപ്പെട്ട താമ്രശാസനത്തിന്റെ കാലഗണന പില്ക്കാലത്തേതാണെങ്കിലും, എ ഡി ഒന്നാം നൂറ്റാണ്ടിൽത്തന്നെ കേരളത്തിൽ ഒരു ജൂതസംഘമെത്തിയതായി പറയപ്പെടുന്നു.

കേരളവും റോമായുമായുള്ള വാണിജ്യത്തിൽ അറബികൾക്കുള്ള പങ്കിനെക്കുറിച്ച് ഇടയ്ക്ക് പ്രതിപാദിച്ചിട്ടുണ്ട്. അറേബ്യയും പാലസ്തീനും കിഴക്കനാഫ്രിക്കയും ചൈനയുമായുള്ള കേരള വ്യാപാരത്തിലും അറബികൾക്ക് പങ്കുണ്ടായിരുന്നു. എ ഡി ഏഴാം നൂറ്റാണ്ടിൽ ഇസ്ലാം ജന്മമെടുക്കുന്നതിനും മുമ്പുതന്നെ നിലനിന്നിരുന്നതാണ് കേരളവും അറബികളും തമ്മിലുള്ള ബന്ധം. ഈ ബന്ധത്തിന്റെ പിന്തുടർച്ചയായാണ് ഇസ്ലാം കേരളത്തിലെത്തുന്നത്.

പ്രധാനമായും കച്ചവടത്തിൽ തല്പരരായിരുന്ന അറബികൾ ഇസ്ലാമിലേക്കുള്ള മതപരിവർത്തനത്തിൽ അത്രതന്നെ ഉത്സുകരായിരുന്നില്ല. അതുകൊണ്ടുതന്നെ കേരളീയ സംസ്കാരവുമായി ഏറക്കുറെ അനായാസമായി ഇഴുകിച്ചേരാൻ അവർക്കു കഴിഞ്ഞു. മലബാറിലെ മാപ്പിള മുസ്ലീങ്ങളുടെ പള്ളികളുടെ നിർമ്മാണത്തിൽപ്പോലും ഇത് പ്രകടമാണ്. താഴികക്കുടങ്ങളും മിനാരങ്ങളുമടങ്ങുന്ന പേർഷ്യൻ രീതിക്കുപകരം ഹൈന്ദവ ക്ഷേത്രങ്ങളെപ്പോലെ മുകളിലേക്കുയർന്ന കൂർത്ത മേല്ക്കൂരയും മറ്റുമുള്ള പല പള്ളികളും മലബാറിലുണ്ട്. കോഴിക്കോട്ടെ കുറ്റിച്ചിറയിലെ മുച്ചുന്തിപ്പള്ളിയുടെ തട്ടിലും തുലാങ്ങളിലും വാതിൽപ്പൊളികളിലും ഹൈന്ദവ സമ്പ്രദായത്തിൽ പത്മദളാകൃതിയിൽ ചെയ്തിട്ടുള്ള കൊത്തുപണികളെക്കുറിച്ച് പ്രൊഫ. എം ജി എസ് നാരായണൻ പരാമർശിക്കുന്നുണ്ട്.

റോളന്റ് മില്ലറുടെ അഭിപ്രായത്തിൽ മാപ്പിള മുസ്ലീങ്ങൾക്ക് ഇന്തോ-പേർഷ്യൻ ഇസ്ലാമിനേക്കാൾ അറേബ്യൻ പാരമ്പര്യത്തോടാണ് അടുപ്പമുണ്ടായിരുന്നത്. ഈ വ്യത്യാസവും അറബികൾ കച്ചവടത്തിന് മതത്തിനുപരിയായി നല്കിയിരുന്ന പ്രാധാന്യവും വാസ്തുശില്പ പാരമ്പര്യങ്ങളിലെന്നപോലെ മറ്റു പലതിലും തദ്ദേശീയ സംസ്കാരവുമായി താദാത്മ്യം പ്രാപിക്കാൻ മാപ്പിള മുസ്ലീങ്ങളെ സഹായിച്ചിട്ടുണ്ടാവാം.

ബുദ്ധ-ജൈനമതങ്ങൾ

കച്ചവടബന്ധങ്ങളുടെ ഭാഗമായോ അവയുടെ പശ്ചാത്തലത്തിലോ അല്ല ബുദ്ധ-ജൈനമതങ്ങൾ കേരളത്തിലെത്തിയത്. ശ്രീലങ്കയിൽ നിന്നു കൂടിയുള്ള ബുദ്ധമത പ്രവർത്തനമൊഴിച്ചാൽ ഈ സമ്പർക്കം കരമാർഗ്ഗമായിരുന്നു. അശോകന്റെ ഗീർണാർ ശിലാസനത്തിലെ കേരളപുത്രർ കേരളീയർതന്നെയാണ്. ഗാന്ധാരദേശത്തെ മൂലനാഥക്ഷേത്രത്തിലെ ശിലാലേഖത്തിൽ പ്രതിപാദിക്കപ്പെടുന്ന *ദക്ഷിണാ പഥേ മൂലവാസലോ*

കനാഥാ എന്ന ശ്രീമൂലവാസക്ഷേത്രം മാവേലിക്കര, കുന്നത്തൂർ, കരുനാഗപ്പള്ളി, അമ്പലപ്പുഴ താലൂക്കുകളടങ്ങുന്ന കുട്ടനാടൻ മേഖലയിലാണ് നിലനിന്നിരുന്നതെന്ന് ടി എ ഗോപിനാഥറാവു ചൂണ്ടിക്കാട്ടുന്നു. ഈ മേഖലയിൽനിന്ന് അനേകം ബുദ്ധവിഗ്രഹങ്ങൾ കണ്ടെടുക്കപ്പെട്ടിട്ടുണ്ടത്രെ. കടലാക്രമണംമൂലം 11-ാം നൂറ്റാണ്ടിനപ്പുറത്തേക്കു ഈ ക്ഷേത്രം നിലനിന്നിരുന്നില്ലെന്നു അനുമാനിക്കപ്പെടുന്നു. ഏതാണ്ടിതേകാലഘട്ടത്തിലാണ് ബുദ്ധമതം കേരളത്തിൽ ക്ഷയിച്ചുതുടങ്ങുന്നതും.

പള്ളികൾ എന്ന പേരിലറിയപ്പെട്ടിരുന്ന ബൗദ്ധ ആരാധനാലയങ്ങളിലെ 'പള്ളിക്കൂട്ടങ്ങൾ' ആണ് പില്ക്കാലത്ത് പള്ളിക്കൂടങ്ങളായതെന്നും ആ പള്ളിക്കൂടങ്ങളായിരുന്നു കേരളത്തിലെ വിദ്യാഭ്യാസ പ്രവർത്തനത്തിന്റെ നാന്ദി കുറിച്ചതെന്നും കരുതപ്പെടുന്നു. കേരളത്തിൽ പ്രചാരത്തിലിരിക്കുന്ന ആയുർവ്വേദത്തിലും ബുദ്ധമതബന്ധത്തിന്റെ സ്വാധീനമുണ്ട്. കേരളീയ ആയുർവ്വേദ വിദഗ്ദ്ധരുടെയിടയിൽ പ്രചുരപ്രചാരമുള്ള 'അഷ്ടാംഗഹൃദയം' എന്ന ആയുർവ്വേദ മൂലഗ്രന്ഥത്തിന്റെ രചയിതാവ് വാഗ്ഭടൻ എന്ന ബൗദ്ധപണ്ഡിതനായിരുന്നുവെന്ന് കരുതപ്പെടുന്നു. ഈ ബൗദ്ധ ആയുർവ്വേദ പാരമ്പര്യത്തിന്റെ പിന്തുടർച്ചക്കാരാണത്രെ കേരളത്തിൽ പരമ്പരാഗതമായി നിലനിന്നുവരുന്ന ഈഴവ ആയുർവ്വേദ വൈദ്യന്മാർ. ബുദ്ധ-ജൈനമതങ്ങളുടെ വിപുലമായ സ്വാധീനത്തെക്കുറിച്ചുള്ള ദീർഘമായ പരാമർശം ഈ ലേഖനത്തിന്റെ ഭൂമികയ്ക്കപ്പുറമായതിനാൽ അതിലേക്ക് കടക്കുന്നില്ല.

തെക്കന്റെ കാലം

എ ഡി ആറാം നൂറ്റാണ്ടിൽ ഗുപ്തസാമ്രാജ്യത്തിന്റെയും പിന്തുടർച്ചക്കാരുടെയും കാലശേഷം ഒരു വലിയ കാലയളവിലേക്കു ഇന്ത്യാ ചരിത്രത്തിന്റെ കേന്ദ്രസ്ഥാനങ്ങൾ പടിഞ്ഞാറൻ ഡെക്കാനും ദക്ഷിണേന്ത്യയും ആയിത്തീർന്നുവെന്ന് റൊമില ഥാപ്പർ ചൂണ്ടിക്കാട്ടുന്നു. പല്ലവർ, ചാലൂക്യർ, രാഷ്ട്രകൂടർ, ചോളർ, ചേരർ, പാണ്ഡ്യർ എന്നീ തമിഴക ഡെക്കാൻ രാജവംശങ്ങൾ തമ്മിൽ മേല്ക്കോയ്മയ്ക്കായുള്ള യുദ്ധങ്ങൾ ഈ കാലഘട്ടത്തിൽ തുടർച്ചയായുണ്ടായിരുന്നു. എന്നാൽ ഇതേ കാലത്തുതന്നെയാണ് ആര്യദ്രാവിഡ സംസ്കാരങ്ങൾ തമ്മിലുള്ള വർദ്ധിച്ച സമന്വയം നടക്കുന്നതും, പില്ക്കാലത്ത് ഭാരതീയ സംസ്കാരത്തിനുതന്നെ പല സംഭാവനകളും നല്കിയ തമിഴ് വ്യക്തിത്വം രൂപംകൊള്ളുന്നതും. ആദ്യം പ്രാകൃതത്തിലും സംസ്കൃതത്തിലുമായിരുന്ന പല്ലവരുടെ ശിലാരേഖകളിലേക്ക് തമിഴിനെ കൊണ്ടുവരുന്നതും പിന്നീട് തമിഴിലും സംസ്കൃതത്തിലുമായി അവയെ ആലേഖനം ചെയ്യുന്നതും ആര്യദ്രാവിഡ പാരസ്പരികതയിലാസ്പദമായ തമിഴകത്തിന്റെ സങ്കീർണ്ണ വ്യക്തിത്വത്തെയാണെടുത്തു കാട്ടുന്നത്. എ ഡി 10-12 നൂറ്റാണ്ടുകളിൽ പാണ്ഡ്യ തലസ്ഥാനമായ മധുര കീഴടക്കുകയും കേരളവും സിലോണും ആക്രമിക്കുകയും തെക്കുകിഴക്കേഷ്യൻ രാജ്യമായ ശ്രീവിജയയുടെ മേൽ ആധിപത്യം സ്ഥാപിക്കുകയുംചെയ്ത ചോളൻ കാലഘട്ടത്തിലാണ് ഈ തമിഴ് സംസ്കാരം വികസ്വരമാകുന്നത്. സാമൂഹ്യസ്ഥാപനങ്ങൾ, മതം,

കല എന്നീ മേഖലകളിൽ ദക്ഷിണേന്ത്യൻ ഉപദ്വീപിന്റെ ഇതര ഭാഗങ്ങളിൽത്തന്നെയും പൊതുവെ അംഗീകാരം നേടിയ ചില മാനദണ്ഡങ്ങൾ ഉരുത്തിരിയുന്നതും ഇക്കാലത്താണെന്ന് ഥാപ്പർ ചൂണ്ടിക്കാട്ടുന്നു.

സാംസ്കാരിക നിക്ഷേപം

തിരുവിതാംകൂർ ചരിത്രകാരനായിരുന്ന പി സുന്ദരംപിള്ള, മുഹമ്മദീയ രാജാക്കന്മാരുടെ ആക്രമണം അനുഭവിക്കേണ്ടിവന്നിട്ടില്ലാത്ത തന്റെ രാജ്യത്തെ ഇന്ത്യയുടെതന്നെ ഒരു സംക്ഷേപം ആയി കരുതിയിരുന്നു. ഇതിന്റെ ചുവടുപിടിച്ച് കൊളോണിയൽ ചരിത്രകാരനായ വിൻസെന്റ് സ്മിത്തും ഇന്ത്യയിലെ വിവിധ ജനപദങ്ങൾ, മതങ്ങൾ, നിയമങ്ങൾ, നാട്ടുവഴക്കങ്ങൾ എന്നിവയുടെ അവശിഷ്ടരൂപങ്ങൾ തിരുവിതാംകൂറിലും ദക്ഷിണേന്ത്യയിലുമുണ്ടെന്നും അതുകൊണ്ട് ഇത്തരം പഠനങ്ങൾക്കുപകരിക്കുന്ന ഒരു മ്യൂസിയമായി ഈ മേഖലയെ കണക്കാക്കണമെന്നും അഭിപ്രായപ്പെടുകയുണ്ടായി.

ജവഹർലാൽ നെഹ്റുവിന്റെ അഭിപ്രായത്തിൽ ഉത്തരേന്ത്യയിൽ തുടർച്ചയായുണ്ടായ വൈദേശികാക്രമണങ്ങൾ ദക്ഷിണേന്ത്യയെ നേരിട്ട് ബാധിച്ചിരുന്നില്ല. ആ ആക്രമണങ്ങളുടെ നൈരന്തര്യംമൂലം വാസ്തുവിദ്യാ വിദഗ്ദ്ധർ, കലാകാരന്മാർ, കരകൗശലവസ്തു നിർമ്മാതാക്കൾ തുടങ്ങി അനേകർ വടക്കുനിന്നും തെക്കോട്ട് കുടിയേറിപ്പാർക്കാനിടയായത്രെ. അങ്ങനെ തെക്ക് പുരാതന ഭാരതീയകലകളുടെ ഒരു കേന്ദ്രമായി മാറുകയും വടക്ക് വിദേശികൾ കൊണ്ടുവന്ന പുതിയ ധാരകൾക്കു വിധേയമാകുകയും ചെയ്തുവെന്നും നെഹ്റു കരുതുന്നു.

ഇന്ത്യയിൽ മറ്റേതു പ്രദേശത്തെയും അപേക്ഷിച്ച് ഒട്ടനേകം കലാരൂപങ്ങളുടെ പ്രഭവസ്രോതസ്സാണ് കേരളം പ്രത്യേകിച്ചും ദക്ഷിണേന്ത്യ പൊതുവെയും. ഇവയിൽ വടക്കൻ വിജ്ഞാനികളുടെ സ്വാധീനവും ഉണ്ടാവാം. എന്നാൽ ഈയൊരു ജ്ഞാനമാർഗ്ഗം കൂടാതെതന്നെ കടൽമാർഗ്ഗമുള്ള വിവിധങ്ങളായ സ്വാധീനങ്ങളും കേരളത്തിലും ദക്ഷിണേന്ത്യയിലുമുണ്ടായിരുന്നുവല്ലോ. വൈദേശികാക്രമണങ്ങളുടെ ആഘാതമേല്പിക്കാതെ ആഴമേറിയ കലാപ്രവർത്തനങ്ങളിലേർപ്പെടാൻ ദക്ഷിണേന്ത്യൻ കലാകാരന്മാർക്ക് കഴിഞ്ഞിരിക്കാം. എന്നാൽ, അതിലുപരി ദക്ഷിണേന്ത്യൻ കലകളുടെ രൂപീകരണവും വളർച്ചയും ആ പ്രദേശത്തിന്റെ തന്നെ സാമൂഹ്യവും രാഷ്ട്രീയവും ചരിത്രപരവുമായ വികാസവുമായി ബന്ധപ്പെട്ടാണിരിക്കുന്നത്. ഗുപ്തസാമ്രാജ്യത്തിന്റെ തകർച്ചയ്ക്കു ശേഷം ദക്ഷിണേന്ത്യയിലുണ്ടായ സാംസ്കാരിക പുരോഗതിയെ എടുത്തുകാട്ടുമ്പോൾ റോമിലാ ഥാപ്പറും അതാണ് സ്ഥാപിക്കുന്നത്.

സാമ്പത്തിക മുരടിപ്പും സംസ്കാരവും

അനവധി വൈവിദ്ധ്യങ്ങളെ സ്വാംശീകരിക്കുകയും ഭാരതത്തിന്റെ തന്നെ ഒരു സംക്ഷേപമായി വിശേഷിപ്പിക്കപ്പെടുകയും ചെയ്യുന്ന കേരളത്തിന്റെ ഇന്നത്തെ സാമ്പത്തികത്തകർച്ച ഈ സംസ്കാരത്തിന്റെ ദീർഘകാല നിലനില്പിനെക്കുറിച്ച് പല ചോദ്യങ്ങളുമുയർത്തുന്നു. ചരിത്രപ

രമായ ബന്ധങ്ങളിലൂടെ ഉരുത്തിരിഞ്ഞു വന്ന, ഏറെ നാണ്യവിളകളിൽ അധിഷ്ഠിതമായ ഒരു സമ്പദ്ഘടനയാണ് കേരളത്തിന്റേത്. പില്ക്കാലത്ത് ഗൾഫിലും ഇതര രാജ്യങ്ങളിലും ഇന്ത്യയുടെതന്നെ മറ്റു സംസ്ഥാനങ്ങളിലും തൊഴിൽ നേടിയ മലയാളികളുടെ സാമ്പത്തിക സംഭാവനകളും ഇതോടു ചേർക്കപ്പെട്ടു. ഈ രണ്ട് സ്രോതസ്സുകളും ചേർന്ന് സൃഷ്ടിച്ച ഉപഭോക്തൃ സംസ്കാരത്തിന്റെ വിഭ്രമാത്മകമായ തിളക്കമായിത്തീർന്നു കേരളത്തിന്റെ മുഖമുദ്ര. ഒരു പറമ്പോളം നിറഞ്ഞുനില്ക്കുന്ന സ്വർണ്ണാഭരണക്കടകളും വസ്ത്രശാലകളും മറ്റും കണ്ട് കേരളം സന്ദർശിക്കുന്ന അന്യസംസ്ഥാനക്കാർ അന്തംവിടുന്നു. “ഇവിടെ എവിടെയാണ് ദാരിദ്ര്യം?” എന്നവർ ചോദിക്കുന്നു. മലയാള ടി വി ചാനലുകളിലെ പരിപാടികളുടെ ഒരു പ്രധാന സ്പോൺസർമാർ സ്വർണ്ണാഭരണ നിർമ്മാതാക്കളായി മാറിയിരിക്കുകയാണല്ലോ. ചെലവാകാത്ത സാധനത്തിനുവേണ്ടി ആരും പണച്ചെലവേറെയുള്ള പരസ്യചിത്രങ്ങൾ നിർമ്മിച്ച്, ഇത്രയേറെ ടെലിസമയം വിലയ്ക്കുവാങ്ങി പരസ്യം ചെയ്യില്ല എന്ന യുക്തി സ്വീകരിച്ചാൽ ഇന്നു നമുക്കും ചോദിക്കാം: “കേരളത്തിലെവിടെയാണ് ദാരിദ്ര്യ”മെന്ന്.

പക്ഷേ, ഈ തിളക്കം വെറും പൂച്ചാണെന്നും കേരളത്തിന്റെ പ്രത്യേക സാഹചര്യങ്ങളിൽ ഉരുത്തിരിഞ്ഞുവന്ന സമ്പന്നരായ ഇടത്തരക്കാരുടെ ബഹുലവും വ്യാപകവുമായിരുന്ന ജനസമൂഹം ഇന്ന് ചുരുങ്ങിക്കൊണ്ടിരിക്കുകയാണെന്നും പരക്കെ അറിയാം. ആഗോളവല്ക്കരണത്തിന്റെ ഭാഗമായി കേരളത്തിന്റെ നാണ്യവിളകളുടെ വിദേശ മാർക്കറ്റ് നഷ്ടമായതും അവയുടെ ഇറക്കുമതിച്ചുങ്കം വെട്ടിക്കുറച്ചതും ഗൾഫ് നാടുകളിലെ ശമ്പളം വെട്ടിക്കുറയ്ക്കലും പിരിച്ചുവിടലും മറ്റുമാണ് ഇവയുടെ കാരണങ്ങളായി ചൂണ്ടിക്കാണിക്കപ്പെടുന്നത്. ലോകവ്യാപാര സംഘടനയുടെ നിബന്ധനകൾ പാലിക്കുന്നതിൽ കേരളത്തെ പ്രതികൂലമായി ബാധിക്കത്തക്ക വിധത്തിൽ കേന്ദ്ര ഭരണകൂടം രാജാവിനേക്കാൾ വലിയ രാജഭക്തി കാട്ടിയതാണെന്നും ശക്തമായ അഭിപ്രായമുണ്ട്.

എന്നാൽ ഇവയോടൊപ്പം കണക്കിലെടുക്കേണ്ട മറ്റു ചില കാര്യങ്ങൾകൂടിയുണ്ട്. എല്ലാറ്റിനും കേന്ദ്ര ഗവൺമെന്റിന്റെ അനുവാദം ആവശ്യമായിരുന്ന ‘ലൈസൻസ് പെർമിറ്റ്‌രാജ്’ നീക്കം ചെയ്തതിന്റെ ഫലമായി ദക്ഷിണേന്ത്യയിലെ മറ്റു മൂന്നു സംസ്ഥാനങ്ങളും ഗണ്യമായ വ്യാവസായിക പുരോഗതി കൈവരിക്കുമ്പോൾ കേരളത്തിന് അവരോടു കിടപിടിക്കുവാൻ കഴിഞ്ഞിട്ടില്ല. ഉയർന്ന ടെലിഫോൺ സാന്ദ്രതയും ഇംഗ്ലീഷ് ഭാഷ കൈകാര്യം ചെയ്യാൻ കഴിയുന്ന അഭ്യസ്തവിദ്യരായ യുവാക്കളും ദീർഘകാലം തുടർച്ചയായി ജോലി ചെയ്യാൻ സഹായിക്കുന്ന പ്രോഗ്രാമിങ്ങിന് അനുയോജ്യമായ കാലാവസ്ഥയും പ്രകൃതിയും ഉണ്ടായിരുന്നിട്ടും കമ്പ്യൂട്ടർ മേഖലയുടെ വികാസദശയിൽ കേരളം പിന്തള്ളപ്പെട്ടു. കേരളത്തിന്റെ വിപുലമായ ജനിതക സമ്പത്തിലും പൗരാണിക വൈദ്യവിജ്ഞാനീയത്തിലും ഊന്നിക്കൊണ്ട് ജൈവശാസ്ത്രരംഗത്ത് വ്യാവസായിക തലത്തിൽ നിലനില്ക്കുന്ന വമ്പൻ സാദ്ധ്യതകളുടെ കാര്യത്തിലും കൊച്ചുകേരളം കൊച്ചുകൊച്ചു നേട്ടങ്ങൾക്കപ്പുറത്തേക്കു പോകുന്നില്ല.

കേരളീയ വാസ്തുകാല ദൃശ്യമാകുന്ന
ഏറ്റുമാനൂർ ശിവക്ഷേത്രം

ആഗോളതലത്തിലുള്ള വ്യാവസായിക-തൊഴിൽ വിഭജനത്തിന്റെ ഭാഗമായി കേരളത്തിനിന്ന് ലഭിച്ചിരിക്കുന്ന സ്ഥാനം ടൂറിസത്തിന്റേതു മാത്രമാണ്.

കേരളത്തിലിന്ന് ഏറക്കുറെ വ്യാപകമായിത്തന്നെ നടക്കുന്ന പെൺവാണിഭങ്ങളെയും ബാലികാ വാണിഭങ്ങളെയും ടൂറിസത്തിന്റെ തന്നെ ഉപോല്പന്നമായി കരുതുന്നവരുണ്ട്. കേരളീയ പുരുഷന്മാരുടെ വികലമായ ലൈംഗിക സദാചാരത്തിന്റെ പ്രകടനമായും ഇത് വ്യാഖ്യാനിക്കപ്പെട്ടിട്ടുണ്ട്. ഇടുങ്ങിയ സാമ്പത്തിക സാദ്ധ്യതകൾ പ്രദാനം ചെയ്യുന്ന കേരളത്തിന്റെ വ്യാവസായിക ഭൂമികയുടെ പശ്ചാത്തലത്തിൽ, അടങ്ങാത്ത സാമ്പത്തികോല്ക്കർഷേച്ഛ ഏതു ധനാഗമമാർഗ്ഗത്തെയും അഭികാമ്യമാക്കിത്തീർക്കുന്നു. ഇത്തരം അനാശാസ്യമായ കുറുക്കുവഴികൾപോലും പിടിക്കപ്പെടാത്തിടത്തോളം അഭികാമ്യമെന്ന നിലവന്നു. അങ്ങനെ ഒറ്റപ്പെട്ട ഒരുകൂട്ടം ഞെട്ടിപ്പിക്കുന്ന സംഭവങ്ങൾ എന്ന നിലയിലല്ല, മറിച്ച് സാമൂഹ്യോപരിതലത്തിൽനിന്നും ഒരല്പംമാത്രം താഴെ അങ്ങ് ഭൂഗർഭത്തിലൊന്നുമല്ലാതെ നിലനില്ക്കുന്ന ഒരു വാണിഭ-വ്യഭിചാരശൃംഖലയായി ഈ 'വ്യവസായം' മാറിയിരിക്കുന്നു. ഇത് കേരളത്തിന്റെ വികലമായ വ്യവസായ വികസനത്തിന്റെ മാത്രം ദൃഷ്ടാന്തമല്ല, അതിലുപരി വ്യാവസായികമുരടിപ്പ് എങ്ങനെ സാംസ്കാരികത്തകർച്ചയിലേക്കു നയിക്കുന്നു എന്നതിന്റെകൂടി ദൃഷ്ടാന്തമാണ്.

ലക്ഷദ്വീപ്: നാവികരുടെ ദ്വീപുകൾ

കപ്പലിനു നാലുചുറ്റും സമുദ്രം അതിന്റെ വിശാലമാഹാത്മ്യം ദൃശ്യമാക്കുന്നു. കരയൊരദൃശ്യവസ്തു. സമുദ്രവിസ്തൃതിയുടെ അതിരുകളിൽ ചക്രവാളത്തിന്റെ പൂർണ്ണവൃത്തം. അതിനുമീതെ നീലാകാശത്തിന്റെ ഗോൽഗൊംബാസ്. ഉയരങ്ങളിൽ നിന്നാഴങ്ങളിലേക്കും മറിച്ചും പ്രസരിക്കുന്ന നീലിമയുടെ പ്രഭാമണ്ഡലം. കരയുടെ ഒരു സൂക്ഷ്മഭാവമായി 'ടിപ്പുസുൽത്താൻ' സമുദ്രനീലിമയെ മുറിച്ച് കവരത്തിയിലേക്കു നീങ്ങുന്നു. കൊച്ചിയിൽനിന്നും കവരത്തിയിലേക്കുള്ള യാത്രാദൂരം 218 നോട്ടിക്കൽ മൈലുകൾ. അതായത് 404 കിലോമീറ്റർ മാത്രമാണെങ്കിലും കരയുടെ ചെറുമ മനസ്സിലാക്കുവാൻ ഈ യാത്ര മതിയാകും.

വൻകരയിൽനിന്നു ദ്വീപുകളിലേക്കുള്ള ദൂരം പറന്നുകടക്കുന്ന പക്ഷികളുണ്ടാവുമോ? ഭുഖണ്ഡങ്ങൾതന്നെ താണ്ടി സഞ്ചരിക്കുന്ന പക്ഷികളെക്കുറിച്ച് കേട്ടിട്ടുണ്ട്. യാത്രയിൽ കരയ്ക്കടുക്കുന്നതുവരെ പ്രധാനമായും കാണുന്ന പറവ മത്സ്യപക്ഷിയാണ്. പൊന്മാനെപ്പോലെ ചിറകൊതുക്കി ഒരു കഠാരപോലെ അതു ജലത്തിലേക്കിറങ്ങുന്നു. അതേ ചിറകൊതുക്കത്തോടെ ജലോപരിതലം തുളച്ചു പുറത്തെത്തുന്നു. പിന്നെ ഞൊടിയിടയിലുള്ള ഓരോ ചിറകടിയിലും ദ്രുതവേഗത്തിൽ അതിദൂരം പായുന്നു. കണ്ണുകൾക്കു പിടികിട്ടാപ്പുള്ളി. കടലും ആകാശവും ഒത്തുചേരുന്ന നീലിമയുടെ ഈ അഭൗമമണ്ഡലത്തിൽ, ഭൂമിയുടെ ചലനനിയമങ്ങളെ ഉല്ലംഘിച്ചുകൊണ്ട്, മനുഷ്യനേത്രങ്ങൾക്കു പിന്തുടരാനാവാത്ത വേഗതയിൽ മത്സ്യപക്ഷി നീന്തിപ്പറക്കുന്നു. സ്വന്തം ചലനനിയമങ്ങളെ സൃഷ്ടിക്കുവാൻ ഇതിനുമാത്രം കഴിയുന്നു.

യാത്ര തീരാറാവുന്നു. കടൽ ജലനിരപ്പിൽനിന്നുയർന്ന്, മൂടൽമഞ്ഞിനിടയിലൂടെയെന്നവണ്ണം, അവ്യക്തമായി ചില രൂപങ്ങൾ പ്രത്യക്ഷപ്പെടുന്നു. കപ്പൽ കുറേക്കൂടി മുന്നോട്ടു നീങ്ങുന്നു. ആ രൂപങ്ങൾക്ക് ഭൂമിയുടെ നിറം. മൂന്നു പുറവും വിടർന്നുവിലസുന്ന കടൽനീലിമയുടെ ഒരു

കരയും ആകാശ വീക്ഷണത്തിൽ

വശത്ത് ഭൂമിയുടെ ഹരിതപ്രകാശം. മരങ്ങൾ തെങ്ങുകളാവും. അവയ്ക്കു തൊട്ടു താഴെ വെൺനുരകളുടെ ഋജുരേഖ. ദ്വീപുകടലോരത്തടിക്കുന്ന ലഗൂണിലെ ചെറിയ അലകളുണ്ടാക്കുന്നതാവില്ല, ആ നുരകളുടെ നേർരേഖ. കരയിൽനിന്നല്പം മാറി സമുദ്രവും ലഗൂണും തമ്മിൽ സന്ധിക്കുന്നിടത്തുനിന്നാവണം ആ നുരകൾ.

കപ്പലിന്റെ അടിത്തട്ടിൽ ഒരുവശത്തായി സമുദ്രജലനിരപ്പിൽ നിന്നല്പം ഉയർന്ന് ഒരു ഗേറ്റു തുറക്കുന്നു. പുറത്തു കടലിൽ പിക് അപ് ബോട്ടുകളെത്തിക്കഴിഞ്ഞു. അതിലെ ജോലിക്കാർ ആദ്യം ലഗേജു വാങ്ങി ബോട്ടിൽ വയ്ക്കുന്നു. പിന്നെ യാത്രക്കാർ ഓരോരുത്തരായി ബോട്ടിലേക്ക് ചാടുന്നു. ചാടാൻ കഴിയാത്തവർക്ക് സഹായഹസ്തങ്ങൾ.

ആദ്യമായി, കടലിൽ സഞ്ചരിക്കുന്നുവെന്ന തോന്നൽ. ബോട്ടിനെ ആട്ടിയുലയ്ക്കുന്ന തിരമാലകൾ. കടലിനവിടെയും നല്ല ആഴമുള്ളതായി തോന്നി. സമുദ്രഗർഭത്തിലെ കോറൽനിരകളിൽ തട്ടി കപ്പലിനപകടം സംഭവിക്കാതിരിക്കാനാണ് ഇത്രദൂരെ നങ്കൂരമിടുന്നത്.

ലക്ഷദ്വീപുകളിലെ ഓരോ ദ്വീപിലേക്കും കോറൽ നിരകളെ ഒഴിഞ്ഞുമാറി യാനപാത്രങ്ങൾ ഓടിക്കുവാൻ നാവികർക്ക് സഹായകമായ ഭൂമികകൾ ആർ എച്ച് എല്ലിസ് തന്റെ, 1924 ൽ പ്രസിദ്ധീകരിച്ച *ലക്ഷദ്വീപുകളുടെ ലഘുവിവരണം* എന്ന ഗ്രന്ഥത്തിൽ ചേർത്തിട്ടുണ്ട്. എന്നാൽ ഇത്തരം ആധുനിക പുസ്തകങ്ങളുടെ പിൻബലം കൂടാതെതന്നെ നക്ഷത്രങ്ങളുടെ നിലയും ചില ലഘു ഉപകരണങ്ങളും മാത്രമുപയോഗിച്ച് ദ്വീപുകളിലെ ഓടങ്ങളുടെ 'മാൽമി' (നാവികർ) മാർ, ഈ കോറലുകളെ മാത്രമല്ല, വിശാല സമുദ്രങ്ങളെയും തരണംചെയ്തിരുന്നു. ചില വിദഗ്ദ്ധ നാവിക കുടുംബങ്ങൾ പരമ്പരാഗതമായി സൂക്ഷിച്ചിരുന്ന 'റഹ്മാനികൾ' എന്ന നാവിക ഭൂമിശാസ്ത്രരേഖകളെ ഇവിടെ വിസ്മരിക്കുന്നില്ല. ഇവയിൽ പലതും ഇന്നു നാമാവശേഷമായിത്തീർന്നുകൊണ്ടിരിക്കുകയാണ്.

ഏതാണ്ട് 45 മിനിറ്റുനേരത്തെ ആടിയുലയുന്ന യാത്രയ്ക്കുശേഷം

ബോട്ട് ലഗൂണിലേക്ക് കടക്കുന്നു. വേലിയേറ്റസമയത്താണ് ലഗൂണിൽ കുറെയെങ്കിലും തിരയടിക്കുക. തൊട്ടുകിടക്കുന്ന ആഴക്കടലിൽനിന്നും തികച്ചും വ്യത്യസ്തമാണ് ലഗൂൺ. സ്വസ്ഥസ്വച്ഛമായ ജലനിരപ്പുള്ള വിശാലമായ പൊയ്കകൾ. സമുദ്രത്തെ അപേക്ഷിച്ച് ആഴം നന്നേ കുറവ്. കരയിലെ പ്രകൃതിയിൽ കണ്ടിട്ടില്ലാത്ത പച്ചയുടെ ഒരു സാമുദ്രിക പകർപ്പാണ് ലഗൂണിന്റെ നിറം. കരയുടെ പച്ചപ്പും കടലിന്റെ നീലയും രമിക്കുന്ന അലൗകിക നിറം. സമുദ്രത്തിന്റെ മൃദുലഭാവം. അകലെ ലഗൂണിന്റെ ഇളംപച്ചയുടെ സ്വസ്ഥസീമകളിൽ ആഴക്കടലിന്റെ ഇരുൾ നീലിമ അലയടിച്ചുയർത്തുന്ന തിരമാലകളുടെ മതിലുകൾ.

ദ്വീപ് കടൽക്കരയിലെ ഒരു രാത്രി. കരയവസാനിക്കുന്നതും കടൽ തീരുന്നതും ചക്രവാളമുയരുന്നതുമെവിടെയെന്നു നിർണ്ണയിക്കുക വയ്യ. ജെട്ടിയിൽനിന്നു വീഴുന്ന പ്രകാശധാര ശക്തമാണെങ്കിലും ഈ ചെറു ദ്വീപിന്റെ അങ്ങേയറ്റത്തേക്കെത്തുന്നില്ല. കുറേയകലെ നില്ക്കുന്ന തെങ്ങിൻതലപ്പുകളുടെ രൂപങ്ങൾ കാണാമെങ്കിലും പ്രകാശം അവിടെ വരെയെത്തുന്നില്ല. ചെരിഞ്ഞ വെൺമണൽതിട്ടയിൽ ഒരു ദീർഘ ത്രികോണത്തിലേക്ക് ചുരുങ്ങുവാൻ ശ്രമിക്കുന്ന വെളിച്ചത്തിന്റെ അതിരുകൾ ജെട്ടിയുടെ പാലത്തിൽ നിന്നാൽ കാണാം.

സ്വസ്ഥതയുടെ തീരം

ആളൊഴിഞ്ഞ ജെട്ടി. തിരക്കൊഴിഞ്ഞ കടൽപ്പുറം. യുവാക്കളുടെ ചെറുസംഘങ്ങൾ മാത്രം. ആകെ ഏഴുപേർ. ഒരു കൂട്ടർ ചീട്ടുകളിക്കുന്നു. ചീട്ടു കുത്തുന്ന സ്വരംപോലും കേൾക്കാം. ലഗൂണിൽ തിരമാല തീരെയില്ല. ഒരു തടാകത്തിന്റെ മൃദുവായ ഓളം മാത്രം. നേർത്ത വെൺനുരകളുടെ വർത്തുളരേഖകൾ വരച്ച് ഓരോ ഓളവും കടന്നുപോവുന്നു. ഓരോ ഓളവും സൃഷ്ടിക്കുന്ന നുരകൾ നിരനിരയായി കുമിളപൊട്ടി മറയുന്നതുപോലും കാണാം. അത്ര പതുക്കെ. സമയത്തിന്റെ ദ്രുതവേഗത്തെ ഈ ഓളങ്ങൾ ശാന്തമാക്കുന്നു.

ലഗൂണിൽ നങ്കൂരമിട്ട തോണികളും ബോട്ടുകളും ഈ ഓളങ്ങളിൽ ആടുന്നുണ്ട്, ഉലയുന്നില്ല. ഓളങ്ങളെത്താത്ത ഉയരങ്ങളിൽ കുഴികൾ കുഴിച്ചു കുടികൊള്ളുന്ന ഞണ്ടുകളും, ശംഖുകളുടെയും കക്കകളുടെയും പുറന്തോടിനുള്ളിൽ ജീവിക്കുന്ന മറ്റു തീരദേശ ജീവികളും അവയുടെ ചേക്കേറൽ നടത്തുകയാണ്. ആന്ത്രോത്തിലെ താമസത്തിനിടയിൽ സന്ധ്യക്ക് കടപ്പുറത്തേക്കു നടക്കാനായി കാലെടുത്തുവച്ച എനിക്ക് ചുറ്റും ഈ ജീവികളുടെ ഒരു സംഘമായിരുന്നു. അനേകം അസുലഭ നിറക്കൂട്ടുകളിൽ വൈവിദ്ധ്യമാർന്ന ഡിസൈനുകൾ ആലേഖനം ചെയ്ത ആ കക്കകളുടെയും ശംഖുകളുടെയും ജീവന്റെ മർമ്മരം എന്റെ കാല്പാദങ്ങൾക്കല്പനിമിഷത്തേക്കു ഞാനനുഭവവേദ്യമാക്കി. പിന്നെ, അവയുടെ കൂർത്ത നഖങ്ങൾ ഏല്പിച്ചേക്കാവുന്ന ഒട്ടും വൈവിദ്ധ്യമില്ലാത്ത വേദനയോടുള്ള ബഹുമാനാർത്ഥം ഞാനവയുടെയിടയിൽ നിന്നും വഴുതി മാറി. കവരത്തിയിലെ ഫിഷറീസ് മ്യൂസിയത്തിൽ ഈ സുന്ദരമായ കക്കകളെയും ശംഖുകളെയും, അവയുടെ ആകൃതിയുടെയും ഡിസൈനി

ന്റെയും അടിസ്ഥാനത്തിൽ തരംതിരിച്ച വിപുലമായ ഒരു ശേഖരം തന്നെയുണ്ട്. ഇവ ജീവസ്സുറ്റവയാണെന്ന വ്യത്യാസം മാത്രം.

അല്പമകലെ കുറെ ഉയരത്തിൽ കരയിൽ പണിക്കായി കയറ്റിവച്ചിരിക്കുന്ന ഒരു യന്ത്രവല്ക്കൃത ബോട്ടു കാണാം. താഴെ തറയിൽ ആറു വലിക്കുന്നതും എട്ടു വലിക്കുന്നതുമായ തോണികൾ. ഇവയും യന്ത്രവല്ക്കൃത ബോട്ടുകളും പ്രധാനമായും മത്സ്യബന്ധനത്തിനുപയോഗിക്കുന്നു. ലഗൂണിലും കരയിലുമായി നാലഞ്ചു 'കൊന്ദള'ങ്ങൾ. കടലിൽ നങ്കൂരമിടുന്ന കപ്പലുകളിൽനിന്നും കരയിലേക്കും മറിച്ചും ചരക്കുകൾ കയറ്റിയിറക്കുന്നത് ഈ കൊന്ദളങ്ങളിലാണ്.

ഓടങ്ങൾ

യന്ത്രവല്ക്കൃത ബോട്ട് കയറ്റിവച്ചിരിക്കുന്നിടത്തുനിന്നും കുറെ ദൂരെ ഒരു പുരാതന തറവാടിനോടു ചേർന്ന് ഓലമേഞ്ഞ ഒരോടപ്പുരയിൽ ചരിത്രസ്മാരകങ്ങളായി മാറിക്കൊണ്ടിരിക്കുന്ന ഓടങ്ങളിൽ ഒരെണ്ണം സൂക്ഷിച്ചിരിക്കുന്നു. ലക്ഷദ്വീപിലെ പായ്ക്കപ്പലുകളെ ഓടങ്ങൾ എന്നാണ് വിളിച്ചിരുന്നത്. ആവിക്കപ്പലുകളുടെ ആവിർഭാവത്തിനുമുമ്പ്, ദ്വീപുകളിൽനിന്ന് തേങ്ങയും കൊപ്രയും ചകിരിനാരും മറ്റ് മത്സ്യോല്പന്നങ്ങളും കയറ്റി ബേപ്പൂരും കണ്ണൂരും മംഗലാപുരത്തും മറ്റും വന്ന്, അരിയും പല വ്യഞ്ജനങ്ങളും പച്ചക്കറികളുമായി പോയിരുന്ന ഓടങ്ങൾ ദ്വീപുകളുടെ ജീവനാഡിയായിരുന്നു. നെല്ലും മിക്ക പച്ചക്കറികളും മറ്റു പലവ്യഞ്ജനങ്ങളും വളരാത്ത ലക്ഷദ്വീപുകളുടെ ഉപ്പുരസമുള്ള മണലോരത്ത് അവയെല്ലാമെത്തിച്ചുകൊടുത്തത് ഈ ഓടങ്ങളാണ്. യന്ത്രവല്ക്കൃത കപ്പലുകളുടെ ആഗമനത്തിനുശേഷവും ചെറിയ തോതിൽ ദ്വീപുകൾ തമ്മിലുള്ള യാത്രകൾക്കും മറ്റും ഓടങ്ങൾ ഉപയോഗിക്കപ്പെടുന്നുണ്ട്. ഓടപ്പുരയിൽ കയറ്റിവച്ചിരുന്ന 'ഷാഹുൽ ഹമീദ്' എന്ന മേല്പറഞ്ഞ ഓടത്തെക്കൂടാതെ കടലിലേക്കിറക്കപ്പെടുന്ന ചില ഓടങ്ങളെയും ഞങ്ങൾക്കു കാണുവാൻ സാധിച്ചു.

മിനിക്കോയ് ദ്വീപിലെ നാവികർ മിനിക്കോയിൽനിന്നും ശ്രീലങ്കയിലെ കൊളംബോ വഴി നിക്കോബാറിലേക്കും അവിടെനിന്നും ബർമ്മയിലെ റംഗൂണിലേക്കും തിരികെ വീണ്ടും നിക്കോബാർ - കൽക്കത്ത - കൊച്ചി വഴി മിനിക്കോയിലേക്കും പല സാധനങ്ങളും വിറ്റും വാങ്ങിയും മറിച്ചുവിറ്റും നടത്തിയിരുന്ന യാത്രകളെക്കുറിച്ച് പറഞ്ഞുതരുവാൻ കഴിവുള്ള നാവികർ 1988-ലും 1989-ലും ഈ ലേഖകൻ ദ്വീപുകൾ സന്ദർശിക്കുമ്പോഴും ജീവിച്ചിരുന്നിരുന്നു. 1988 ൽ എൺപതു വയസ്സായിരുന്ന ഇസ്മയിൽ കാക്കയും, 70 വയസ്സായിരുന്ന അലിമൂസായും ഈ തുറമുഖാന്തര വാണിജ്യ യാത്രകളിൽ നേരിട്ടു പങ്കെടുത്തിട്ടുള്ള നാവികരാണ്. അന്ന് 70 വയസ്സായിരുന്ന ഹസ്സൻ മണിക്ഫാന്റെ യാത്രകളാവട്ടെ മിനിക്കോയിൽനിന്നും കോഴിക്കോടുവഴി ബോംബെയിലേക്കും അവിടെനിന്നും പോർബന്തറിലേക്കും ആയിരുന്നു. ദക്ഷിണേന്ത്യൻ മുനമ്പിന്റെ അറ്റത്തോടു ചേർന്നുള്ള മിനിക്കോയുടെ ഭൂമിശാസ്ത്രപരമായ നില അവിടത്തെ നാവികരെ ഇന്ത്യാ ഉപഭൂഖണ്ഡത്തിന്റെ കിഴക്കും പടിഞ്ഞാറും

ദിശകളിലേക്കു സഞ്ചരിക്കുവാൻ സഹായിച്ചിരിക്കാം. ബംഗാൾ ഉൾക്കടലിലെ യാത്രകളിൽ പ്രധാനമായും ഉപയോഗിച്ചിരുന്നത് 'ബാര്യു' എന്നു പേരുള്ള പായ്ക്കപ്പലുകളെയാണ്. അവയെക്കാൾ ചെറിയ 'ഓടി'കളും 'ബണ്ട് ഓടി'കളും ആയിരുന്നു മിനിക്കോയ്ക്കാരുടെ മറ്റു കപ്പലുകൾ. സിൻബാദിന്റെ നാവികയാത്രകളെ പുനർസൃഷ്ടിച്ച ടിം സെവ്റിൻ, അറബി നാവികശാസ്ത്രഗ്രന്ഥങ്ങളനുസരിച്ച് പണിത തന്റെ പായ്ക്കപ്പലിന്റെ നിർമ്മാണത്തിൽ മിനിക്കോയ് നാവികരുടെ നിർദ്ദേശങ്ങൾ ആരായുകയും അവിടത്തെ ആശാരിമാരെ ഉപയോഗിക്കുകയുമുണ്ടായി. മലബാറിലെ തേക്കുതടി ഉപയോഗിച്ച് പണിത ഈ പായ്ക്കപ്പലിൽ കയറുവരിഞ്ഞത് അഗത്തി ദ്വീപിലെ ഓടം വരിച്ചിൽകാരായിരുന്നു.

മാലിദ്വീപുകൾക്കു സമീപം സ്ഥിതിചെയ്യുന്ന മിനിക്കോയിലെയും ലക്ഷദ്വീപസമൂഹങ്ങളിലെ ഇതര ദ്വീപുകളിലെയും പായ്ക്കപ്പലുകളുടെ രൂപകല്പനയിലും നിർമ്മാണരീതിയിലും പല വ്യത്യാസങ്ങളുമുണ്ട്. മിനിക്കോയ് കപ്പലുകൾ താരതമ്യേന വലുതും കൂടുതൽ പായ്കൾ ഉള്ളവയുമാണ്. പക്ഷേ, അവയിൽ ലോഹനിർമ്മിതമായ ആണികളടിച്ചാണ് പലകകളെ കൂട്ടിച്ചേർത്തിരുന്നതെങ്കിൽ മറ്റു ദ്വീപുകളിലെ ഓടങ്ങളിൽ കയർ വരിയുകയാണ് ചെയ്തിരുന്നത്.

നക്ഷത്രങ്ങൾ കാവൽ

നക്ഷത്രങ്ങളുടെ നിലയെയും ഗതിയെയും ആസ്പദമാക്കിയാണ് പരമ്പരാഗത നാവികർ സമുദ്രമദ്ധ്യത്തിൽ തങ്ങളുടെ ദിശയുറപ്പാക്കി ലക്ഷ്യസ്ഥാനത്തെത്തിയിരുന്നത്. പ്രധാനമായും ഉത്തര-ദക്ഷിണദിശയിൽ ചരിച്ചിരുന്ന ലക്ഷദ്വീപുകളിലെ നാവികർ കൂടുതലായി ആശ്രയിച്ചിരുന്നത് രാത്രിയിൽ ഉത്തരദിശയിൽ സ്ഥിരമായി ദൃശ്യമായിരുന്ന ധ്രുവനക്ഷത്രത്തെയാണ്. 'രാപ്പലക' എന്ന ഉപകരണം ഉപയോഗിച്ച് ഓടവും ഇക്വേറ്ററും തമ്മിലുള്ള അകലം അവർ അളന്നെടുക്കുമായിരുന്നു. എന്നാൽ ഓടം കിഴക്കു-പടിഞ്ഞാറൻ ദിശയിൽ വഴിതെറ്റുന്നുണ്ടോ എന്നു കണ്ടുപിടിക്കുവാൻ ധ്രുവനക്ഷത്രത്തെ ആശ്രയിക്കുവാൻ കഴിയുമായിരുന്നില്ല. അതിനവർക്കു മറ്റു നക്ഷത്രങ്ങളെ ആശ്രയിക്കേണ്ടിയിരുന്നു.

മണൽക്ളോക്കും തപ്പുനൂലുമുപയോഗിച്ചാണ് ഓടത്തിന്റെ വേഗത കണക്കാക്കിയിരുന്നത്. വെള്ളത്തിനു മുകളിൽ പൊങ്ങിക്കിടക്കുവാൻ കഴിയുന്ന തപ്പുനൂലിന്റെ ഒരറ്റം അടയാളമിട്ടു വെള്ളത്തിലേക്കെറിയുകയും അതോടൊപ്പം മണൽക്ളോക്കിന്റെ മുകളിലത്തെ പാളിയിൽനിന്നും താഴത്തെ പാളിയിലേക്ക് മണൽ ഊർന്നുവീഴാൻ എടുക്കുന്ന സമയത്തിനുള്ളിൽ ഓടം പിന്നിട്ട ദൂരം തപ്പുനൂലിൽ അളന്നെടുക്കുകയും ചെയ്തിരുന്നു. ഇതിന്റെ അടിസ്ഥാനത്തിൽ ഓടത്തിന്റെ വേഗത കണക്കുകൂട്ടുമായിരുന്നു. സൂര്യനും ഭൂമിയുടെ ഭ്രമണപഥവുമായി ബന്ധപ്പെടുത്തി സമുദ്രമദ്ധ്യേ ഓടത്തിന്റെ സ്ഥാനം നിർണ്ണയിച്ചിരുന്ന മറ്റൊരുപകരണമാണ് 'കമാൻ' എന്ന സെക്സ്റ്റന്റ്.

ഓടങ്ങളുടെ ഉടമസ്ഥത

വൻകരയിലെ ജാതിവ്യവസ്ഥ ഭൂമിയുടെ ഉടമസ്ഥതയിൽനിന്നും ദളിതരെ വിലക്കിയിരുന്നതുപോലെ തന്നെ, ഇസ്ലാമിന്റെ സ്വാധീനമുണ്ടായിരുന്നിട്ടും ലക്ഷദ്വീപുകളിലെ സാമൂഹ്യവ്യവസ്ഥ, ഓടങ്ങൾ നിർമ്മിച്ചു വൻകരയുമായി കച്ചവടം നടത്തുന്നതിൽനിന്നും അവിടുത്തെ മദ്ധ്യജാതിയായ മാല്മികളെയും കീഴ്ജാതിയായ 'മേലാച്ചേരി'കളെയും വിലക്കിയിരുന്നു. ഓടങ്ങളുടെ ഉടമസ്ഥത 'കോയ'മാർക്കു മാത്രമവകാശപ്പെട്ടതായിരുന്നു. ഭൂവുടമസ്ഥതയും കോയജന്മിമാരിൽ കേന്ദ്രീകൃതമായിരുന്നു. അവരുടെ കുടിയാന്മാരായിരുന്ന മാല്മികളും മേലാച്ചേരികളും തങ്ങളുടെ കേരോല്പന്നങ്ങൾ ജന്മിമാരുടെ ഓടങ്ങളിൽതന്നെ വൻകരയിലേക്കയക്കുകയും അതിന് ചരക്കിന്റെ വിലയുടെ 10 ശതമാനം ചരക്കുകൂലി നല്കുകയും വേണ്ടിയിരുന്നു. ഇതുകൂടാതെ ജന്മിയുടെ ഓടത്തിൽതന്നെ ജോലി ചെയ്യുവാനും അവർ നിർബ്ബന്ധിതരായിരുന്നു. ഓടമോടിക്കാൻ വേണ്ട നാവികശാസ്ത്ര പരിജ്ഞാനമുണ്ടായിരുന്ന മാല്മിമാരിൽനിന്നു മാത്രം ചരക്കുകൂലി വാങ്ങിയിരുന്നില്ല. എന്നാൽ, എല്ലാ കുടിയാന്മാർക്കും ഓടങ്ങളിലെ ചരക്കുകയറ്റും ഇറക്കലും പായ്കൾ ഉയർത്തിയും താഴ്ത്തിയും കെട്ടൽ, ഓടങ്ങളിൽ ഊർന്നു കയറാറുള്ള വെള്ളം വറ്റിക്കൽ എന്നീ ജോലികൾ ചെയ്യേണ്ടിയിരുന്നു.

പരമ്പരാഗത മത്സ്യബന്ധനത്തിലൂന്നിയ സാമ്പത്തികഘടന നിലവിലുണ്ടായിരുന്ന മിനിക്കോയ് ദ്വീപിലെ ഭൂവുടമകളായ ഉന്നത ജാതിക്കാരായ മണിക്ഫാന്മാർക്ക് മറ്റു ദ്വീപുകളിലെയത്ര കർക്കശമായ നിയമ

മിനിക്കോയിലെ കടപ്പുറം

ങ്ങൾ അവിടുത്തെ മദ്ധ്യ-കീഴ്ജാതികളായ തക്രുഫാൻമാർ, തക്രുകൾ, റാവേറികൾ എന്നിവരുടെമേൽ നടപ്പാക്കുവാൻ കഴിഞ്ഞിരുന്നില്ല. മിനിക്കോയ് 'ഓടി'കളിലെ പണിക്കാർക്കുള്ള കൂലി ധാന്യങ്ങളായും തുണിയായും നല്കിയിരുന്നു. അവിടെയും കച്ചവടത്തിന് ഉപയോഗിച്ചിരുന്ന 'ഓടി'കളും മറ്റും മണിക്ഫാന്മാർക്കു മാത്രമാണുണ്ടായിരുന്നത് എന്ന വസ്തുത നിലനില്ക്കുന്നു. മറ്റ് ദ്വീപുകളെ അപേക്ഷിച്ച് ആഴക്കടൽ മത്സ്യബന്ധനത്തിൽ കൂടുതലായി ഏർപ്പെട്ടിരുന്ന മിനിക്കോയിൽ, ഇത്തരം മത്സ്യബന്ധനത്തിന് പ്രധാനമായും ഉപയോഗിച്ചിരുന്ന 'മാസ് ഓടി'കളുടെ ഉടമസ്ഥത അവിടത്തെ തക്രുഫാൻ, തക്രു എന്നീ മദ്ധ്യ ജാതികളും, റാവേറികൾ എന്ന പേരിലറിയപ്പെട്ടിരുന്ന കീഴ്ജാതികളും അധിവസിച്ചിരുന്ന ഗ്രാമങ്ങളിൽ പൊതുവായി നിക്ഷിപ്തമായിരുന്നു.

1860 കളിൽ ദ്വീപുകൾ ഭരിച്ചിരുന്ന അറയ്ക്കൽബീവിക്ക് അവിടുത്തെ കയറിന്റെയും കേരോല്പന്നങ്ങളുടെയും മേലുള്ള കുത്തക തകർക്കുവാനുള്ള ബ്രിട്ടീഷുകാരുടെ നീക്കത്തോടെ അഗത്തി ദ്വീപിലെ മാല്മിമാരാണ് ബീവിയോടൊത്തുനിന്നിരുന്ന കോയമാരിൽനിന്നും വിടുതൽ പ്രഖ്യാപിച്ച് ഓടം സ്വന്തമാക്കി കരയുമായി സ്വയം കച്ചവടമാരംഭിക്കുന്നത്. അവർ കോയമാരെയും ബീവിയെയും ധിക്കരിച്ചുകൊണ്ട് ബീവിയുടെ രാജധാനിയായ കണ്ണൂർ തുറമുഖം വിട്ട്, അന്നുതന്നെ ബ്രിട്ടീഷ് അധിനിവേശത്തിലായിരുന്ന കോഴിക്കോട്ടും തലശ്ശേരിയിലും മംഗലാപുരത്തും ചരക്കുകളിറക്കി. ഓടം ഓടിച്ച് കച്ചവടം നടത്തുവാനുള്ള ഈ അവകാശം 1799 മുതൽ ബ്രിട്ടീഷുകാർ നേരിട്ട് ഭരിച്ചുകൊണ്ടിരുന്ന അമിൻദിവി ദ്വീപസമൂഹത്തിലെ മേലാച്ചേരികൾക്കു ലഭിക്കുന്നത് പല വർഷങ്ങൾക്കുശേഷമാണ്. തങ്ങളുമായി നല്ല ബന്ധത്തിലായിരുന്ന അമിൻ ദിവിയിലെ കോയമാരുടെ അധികാരത്തിൽ കൈകടത്തുന്നതിൽ ബ്രിട്ടീഷുകാരും തല്പരരായിരുന്നില്ല.

തെങ്ങിൻവനങ്ങൾ

കടപ്പുറത്തുനിന്നും ഞാൻ താമസിച്ചിരുന്ന ഡാക്ക് ബംഗ്ലാവിലേക്ക് ഒരു നിശ്ചിതമായ വഴിയില്ല. ഒരു തെങ്ങിൻതോപ്പും മതിൽകെട്ടി വേർതിരിച്ചിട്ടില്ലാത്ത പോസ്റ്റാഫീസ് കെട്ടിടവും ആശുപത്രിയും ഒക്കെക്കൂടിച്ചേർന്ന ഒരു പറമ്പാണ്. ഇങ്ങനെയും പോകാം, അങ്ങനെയും പോകാം എന്നതാണ് നില.

ഒരുവിധത്തിൽ ലക്ഷദ്വീപുകളിലെ ഓരോ ദ്വീപും ഓരോ തെങ്ങിൻതോപ്പാണ്. അതിരുകളുടെ വേർതിരിവുകളോ, വേലികളോ, മതിലുകളോ നിശ്ചിതമായ വഴികളോ ഇല്ലാത്ത ഈ തോപ്പുകളിലൂടെ ഓരോരുത്തർക്കും സ്വന്തം വഴികൾ കണ്ടെത്താം.

'തെങ്ങിൻതോപ്പുകൾ' എന്നതിനേക്കാൾ ഇവയെ 'തെങ്ങിൻവനങ്ങൾ' എന്നു വിളിക്കുന്നതാവും ഉചിതം. ചുറ്റും തടങ്ങളോടുകൂടി ഒരു നിശ്ചിത അകലത്തിൽ നട്ടുപിടിപ്പിച്ചവയൊന്നുമല്ല ഈ തെങ്ങുകൾ. മാത്രമല്ല, തെങ്ങുകളിലെ ആബാലവൃദ്ധം ഇവയിലുണ്ട്. വിത്തുതേങ്ങയിൽനിന്ന് മുളച്ചുപൊങ്ങുന്ന മുകുളങ്ങൾ മുതൽ ഉന്നത വിഹായസ്സിൽ

വിളറിനില്ക്കുന്ന വൃദ്ധപിതാക്കൾവരെ. വാർദ്ധക്യബാധിതരെന്നു തോന്നുന്നവരുടെ എണ്ണം പക്ഷേ, കുറവാണ്. കുലകുലയായി നിറകുടങ്ങളെ വഹിച്ച് ഹരിതകാളിമയാർന്ന ഓലകൾ വിടർത്തിയാണ് ദ്വീപുകളിലെ തെങ്ങുകളുടെ പൊതുവെയുള്ള നില്പ്. കേരളത്തിലെ ശരാശരി തെങ്ങുകളെക്കാൾ കായ്ഫലം നല്കുന്നവയാണ് ലക്ഷദ്വീപിലെ തെങ്ങുകൾ. ഈ തെങ്ങുകളിൽനിന്നു വീണുകിളിർക്കുന്ന തൈകളെ ഏറിയാലൊന്നു പറിച്ചുനടുക മാത്രമാണ് ദ്വീപിലെ കർഷകൻ ചെയ്തിരുന്നത്. തേങ്ങകൾ തെരഞ്ഞെടുത്ത് ഒരുക്കിയ നിലത്ത് പാകിമുളപ്പിച്ച് തൈകളാക്കി വളർത്തി, വീണ്ടും അത്രതന്നെ സന്നാഹങ്ങളോടെ പറിച്ചുനടുന്ന പതിവ് ദ്വീപുകളിൽ തുടങ്ങിയതു പില്ക്കാലത്താണ്. പ്രകൃതിയുടെ കൃഷിത്തോട്ടത്തിൽ അതിന്റെ ആവശ്യമുണ്ടായിരുന്നില്ലതന്നെ.

ചരിത്രപശ്ചാത്തലം

കേരളത്തിനു സമീപം സ്ഥിതിചെയ്യുന്ന ദ്വീപുകളെ മലയാളം സംസാരിക്കുന്ന ആളുകൾ അധിവസിക്കുന്ന കേരളത്തിന്റെ ഒരു അനുബന്ധ പ്രദേശമായാണ് പലരും കാണുന്നത്. എന്നാൽ, ദ്വീപുകൾക്ക് അവയുടേതായ ചരിത്രമുണ്ട്. അതിൽ കേരളത്തിന്റെ സ്വാധീനവുമുണ്ട്, എന്നത് ശരിതന്നെ. ദക്ഷിണേന്ത്യൻ തീരത്തേക്കുള്ള സമുദ്രയാത്രാമദ്ധ്യേയുള്ള ലക്ഷദ്വീപുകളുടെ ഭൂമിശാസ്ത്രപരമായ കിടപ്പ് പ്രാചീനകാലം മുതൽക്കുള്ള മറ്റ് ഒട്ടുവളരെ സ്വാധീനങ്ങൾക്കും അവസരമുണ്ടാക്കിയിട്ടുണ്ട്.

ഇസ്ലാമിലേക്കുള്ള പരിവർത്തനത്തിനുശേഷവും ദ്വീപുകളിൽ നിലനിന്നിരുന്ന ജാതിവ്യവസ്ഥയും മരുമക്കത്തായവും സമീപസ്ഥ വൻകരയുടെ ഭാഗമായ കേരളവുമായുള്ള ചരിത്രപരമായ ബന്ധത്തെയാണ് കാട്ടുന്നത്. കേരളത്തിലെ ഈഴവർക്കും, ജാതിവ്യവസ്ഥയിൽ അവരെക്കാളും താഴ്ന്ന നിലയിൽ കരുതിയിരുന്ന പുലയർക്കും പറയർക്കും അനുഭവിക്കേണ്ടിയിരുന്ന പല ജാതിപരമായ വേർതിരിവുകളും അനാചാരങ്ങളും ദ്വീപുകളിലെ മാല്മികൾക്കും മേലാച്ചേരികൾക്കും അനുഭവിക്കേണ്ടിവന്നിരുന്നു. അവർ ഷർട്ടിടുകയോ തുണികൊണ്ടു മൂടിയ കുട ഉപയോഗിക്കുകയോ പാടില്ലായിരുന്നു. അവരുടെ കല്യാണങ്ങൾക്കു ചെണ്ടകൊട്ടി പാട്ടുപാടി നൃത്തം ചെയ്തുകൂടായിരുന്നു. മാല്മികളുടെയും മേലാച്ചേരികളുടെയും സ്ത്രീകൾ പട്ടുവസ്ത്രമണിയുകയോ, സ്വർണ്ണാഭരണങ്ങൾ ഇടുകയോ പാടുണ്ടായിരുന്നില്ല. അവരുടെ വീടുകൾ കോയമാരുടെ അത്രതന്നെ ഉയരത്തിലോ ഭംഗിയിലോ നിർമ്മിച്ചുകൂടായിരുന്നു. ഈ മൂന്നു ജാതികളും അവരവരുടെയിടയിൽനിന്നു മാത്രമാണ് വിവാഹം നടത്തിയിരുന്നതും.

ദ്വീപുകളിലെ മരുമക്കത്തായവും കേരളത്തിലെ ചില ഹൈന്ദവജാതികളിൽനിന്നും മാപ്പിള മുസ്ലീങ്ങളിൽനിന്നുമുണ്ടായ സ്വാധീനത്തിന്റെ ഫലമാണ്. ഇതു കൂടാതെ പടിപ്പുരകളോടുകൂടിയ വീടുകൾ തുടങ്ങി കേരളവുമായുള്ള ബന്ധത്തിന്റെ അനവധി പ്രകടമായ പ്രതിഫലനങ്ങൾ ദ്വീപുകളിൽ കാണാം.

റോമായും അറേബ്യയും കേരളവുമായുണ്ടായിരുന്ന വാണിജ്യ ബന്ധത്തെക്കുറിച്ച് കേരളത്തെ സംബന്ധിക്കുന്ന അദ്ധ്യായത്തിൽ പ്രതിപാദിച്ചിട്ടുണ്ട്. ഈ വാണിജ്യയാത്രകളിലെ നാവികർക്കു ലക്ഷദ്വീപുകളെക്കുറിച്ച് അറിയില്ലായിരുന്നു എന്നു കരുതുക വയ്യ. ഏറ്റവും കുറഞ്ഞത് അറേബ്യയിൽനിന്നും ദക്ഷിണേന്ത്യയിലേക്കുള്ള യാത്രാമദ്ധ്യേ കേരളത്തിന് സമാന്തരമായി ചിതറിക്കിടക്കുന്ന ദ്വീപുകളിലെ അപകടകരമായ കോറൽനിരകൾ കാരണമെങ്കിലും നാവികർക്ക് ഈ ദ്വീപസമൂഹത്തെ മറക്കാനാവില്ല. ഇക്കാരണത്താൽ അറബി നാവികർ ഈ ദ്വീപുകളെ പ്രാകിയിട്ടുണ്ടാവണം എന്നാണ് എ ഡി ഡ്ള്യൂ ഫോർബ്സ് ഹാസ്യോക്തിയിൽ സൂചിപ്പിക്കുന്നത്.

എ ഡി ഒന്നാം നൂറ്റാണ്ടിൽ രചിക്കപ്പെട്ട പെരിപ്ലസിൽ പരാമർശിക്കപ്പെടുന്ന, മലബാർ തീരത്തിനപ്പുറം സ്ഥിതിചെയ്യുന്ന ആമത്തോടുല്പാദിപ്പിക്കുന്ന ദ്വീപുകൾ ലക്ഷദ്വീപുകളോ മാലി ദ്വീപുകളോ ആകാമെന്ന് പെരിപ്ലസിന്റെ പല വ്യാഖ്യാതാക്കളും കരുതുന്നു. 1800ൽ 'പെരിപ്ലസ് ഓഫ് ദ എറിത്രിയൻസീ' എന്ന തന്റെ ഗ്രന്ഥം പ്രസിദ്ധീകരിച്ച വില്യം വിൻസെന്റും ഈ അഭിപ്രായക്കാരനാണ്. 1929ൽ *പുരാതന അന്വേഷകർ* എന്ന ഗ്രന്ഥമെഴുതിയ എം കാരിയും ഇ എച്ച് വാർമിംഗ്ടണുമാകട്ടെ ലക്ഷദ്വീപുകളെക്കുറിച്ച് പെരിപ്ലസുകാരൻ പ്രത്യേകം പരാമർശിക്കാത്തതിൽ അദ്ഭുതപ്പെടുകയാണ്.

ഇറ്റലിയിലെയും ഗ്രീസിലെയും ഈജിപ്തിലെയും കട്ടിലുകൾ, മേശകൾ, വാതിലുകൾ മറ്റു ഫർണിച്ചറുകൾ എന്നിവ മോടിപിടിപ്പിക്കുവാനുപയോഗിച്ചിരുന്ന ഒരു പ്രധാന വാണിജ്യവസ്തുവായ ആമത്തോടിന്റെ ഉല്പാദനത്തിലും വിപണനത്തിലും ലക്ഷദ്വീപുകൾക്കു പങ്കുണ്ടായിരുന്നുവെന്ന് അനുമാനിക്കാവുന്നതാണ്. ടോളമി, പരാമർശിക്കുന്ന 'കനാത്ര', 'അമ്മിനേ', 'അയ്ഗിഡിയോൻ', 'മൊനാക്കേ' എന്നീ ദ്വീപുകൾ കവരത്തിയും അമിനിയും അഗത്തിയും മിനിക്കോയിയുമാവാമെന്ന് ഫ്രാൻസിസ് പിരാർഡിന്റെ വിവർത്തകരായ ഗ്രേയും ബെല്ലും തെല്ലൊരു സംശയത്തോടെ അനുമാനിക്കുന്നു. ദക്ഷിണേന്ത്യയുമായി റോമിനുണ്ടായിരുന്ന വാണിജ്യത്തിൽ ലക്ഷദ്വീപുകൾക്കുള്ള പങ്കിനെ സൂചിപ്പിക്കുന്നതാണ് കടമത്തു ദ്വീപിന്റെ മദ്ധ്യഭാഗത്തു കുഴിവെട്ടിയപ്പോൾ ലഭിച്ച ഒന്നും രണ്ടും നൂറ്റാണ്ടിലെ റോമൻ സ്വർണ്ണനാണയങ്ങൾ.

ദ്വീപുകളിലെ ബുദ്ധമതം

ദ്വീപുകളിൽ ബുദ്ധമതം പ്രചരിച്ചിരുന്നു എന്നതിന്റെ തെളിവാണ് ആന്ത്രോത്തു ദ്വീപിൽനിന്നും ലഭിച്ച രണ്ടു ബുദ്ധപ്രതിമകളുടെ ശിരസ്സുകളും ഒരു രാക്ഷസവിഗ്രഹവും. രാക്ഷസവിഗ്രഹങ്ങൾ ബുദ്ധവിഹാരങ്ങളെ അലങ്കരിക്കുവാൻ ഉപയോഗിച്ചിരുന്നവയാണെന്ന് കെ ടി വേലായുധൻ ചൂണ്ടിക്കാട്ടുന്നു. ഈ വിഗ്രഹങ്ങൾ 1988-89 ൽ ലേഖകൻ ദ്വീപുകൾ സന്ദർശിക്കുമ്പോൾ ആന്ത്രോത്ത് ഗവൺമെന്റ് ഹൈസ്കൂളിൽ അന്ന് ഹെഡ്മാസ്റ്ററായിരുന്ന ശ്രീ. വേലായുധൻ അവിടെ സൂക്ഷിച്ചിരിക്കുകയായിരുന്നു.

ദ്വീപുകളിൽ ലഭ്യമായ കുമ്മായക്കല്ലു ചുട്ടുണ്ടാക്കുന്ന ചുണ്ണാമ്പും മണലും ചേർത്ത മിശ്രിതമാണ് ഈ പ്രതിമകൾ നിർമ്മിക്കുവാൻ ഉപയോഗിക്കപ്പെട്ടിട്ടുള്ളതെന്ന് എൻ മുത്തുക്കോയ അഭിപ്രായപ്പെടുന്നു. മൗര്യകാലഘട്ടത്തിന്റെ സ്വാധീനം വ്യക്തമാക്കുന്ന തെളിവുകൾ കേരളത്തിൽ നിന്നത്ര വിദൂരമല്ലാത്ത കർണ്ണാടകത്തിലെ മാസ്കിയിലും സിദ്ധപ്പൂരിലും നിന്നു ലഭ്യമാണെന്ന് പ്രൊഫ. എം ജി എസ് നാരായണൻ ചൂണ്ടിക്കാട്ടുന്നു. അശോകന്റെ പുത്രൻ മഹീന്ദയാണ് ശ്രീലങ്കയിൽ ബുദ്ധമതം പ്രചരിപ്പിച്ചതെന്നും, മൗര്യസാമ്രാജ്യവും സിലോണും തമ്മിൽ അശോകന്റെ കാലത്ത് ഉപഹാരങ്ങളുടെ കൈമാറ്റത്തിലൂടെയും നയതന്ത്രപ്രതിനിധികളെ സ്വീകരിക്കുന്നതിലൂടെയും വളരെ അടുത്ത ബന്ധം നിലനിർത്തിയിരുന്നതായും റൊമിലാ ഥാപ്പർ ചൂണ്ടിക്കാട്ടുന്നു. ഇതിന്റെ കൂടി വെളിച്ചത്തിൽ അശോകന്റെ കാലഘട്ടമായ ബി സി മൂന്നാം നൂറ്റാണ്ടിനോടടുത്ത കാലത്തുതന്നെ ലക്ഷദ്വീപുകളിൽ ബുദ്ധമതം പ്രചരിച്ചിരുന്നതായി കണക്കാക്കാവുന്നതാണ്. ലക്ഷദ്വീപ് സമൂഹത്തിലെ മിനിക്കോയ് ദ്വീപും സിലോണിലെ ഗാലിയുമായി പരിമിതമായ ദൂരം മാത്രമാണുള്ളത്. മിനിക്കോയ് കൂടി ഉൾപ്പെട്ടിരുന്ന മാലദ്വീപസമൂഹങ്ങളിൽ നിന്നു കണ്ടെടുത്തിട്ടുള്ള ഒട്ടേറെ ബുദ്ധമതാവശിഷ്ടങ്ങളിലും, അവിടത്തെ 'ദിവേഹി' ഭാഷയിലും ശ്രീലങ്കയിൽ പ്രചരിച്ചിരുന്ന തേറവാദ ബുദ്ധമതത്തിന്റെ സ്വാധീനങ്ങളുള്ളതായി എ ഡി ഡ്ബ്ല്യൂ ഫോർബ്സ് അഭിപ്രായപ്പെടുന്നു.

ദ്വീപുകാർ എല്ലാ പ്രതിമകൾക്കും 'ബുദ്ധ്' എന്നാണ് പറഞ്ഞിരുന്നത്. മറ്റു പ്രതിമകളെക്കുറിച്ചുള്ള ഈ 'അറിവില്ലായ്മ'യിൽനിന്നും ബുദ്ധമതം ഒരു ശക്തമായ മതമായി ദ്വീപുകളിൽ വളരെക്കാലം നിലനി

ബങ്കാരം ദ്വീപ്

ന്നിരുന്നു എന്നനുമാനിക്കാം. കേരളത്തിലെ മാവേലിക്കര, കുന്നത്തൂർ, കരുനാഗപ്പള്ളി, അമ്പലപ്പുഴ എന്നീ താലൂക്കുകളിൽനിന്നും അനേകം ബുദ്ധമത വിഗ്രഹങ്ങൾ കണ്ടെടുക്കപ്പെട്ടിട്ടുണ്ട്. ഈ മേഖലയിൽ നില നിന്നിരുന്ന ശ്രീമൂലവാസം പ്രസിദ്ധമായ ഒരു ബുദ്ധക്ഷേത്രമായി എ ഡി ഒൻപതാം നൂറ്റാണ്ടിലും നിലനിന്നിരുന്നതായി ടി എ ഗോപിനാഥ റാവു രേഖപ്പെടുത്തുന്നു. ശ്രീശങ്കരന്റെ കാലഘട്ടവും (എ ഡി 800) കഴിഞ്ഞു 11-ാം നൂറ്റാണ്ടിൽ കടലെടുത്തുപോകുന്നതുവരെ ഈ ക്ഷേത്രം നിലനിന്നിരുന്നതായി അദ്ദേഹം ചൂണ്ടിക്കാട്ടുന്നു. ഏഴാം നൂറ്റാണ്ടിൽ ദ്വീപു കളിൽ ഇസ്ലാം മതവുമായുള്ള സമ്പർക്കമാരംഭിക്കുന്നതുവരെ ഹൈന്ദ വമതത്തോടൊപ്പം ബുദ്ധമതത്തിന്റെ സ്വാധീനവും മാറ്റമില്ലാതെ തുടർന്നി രിക്കാമെന്നു കരുതാവുന്നതാണ്.

ഇസ്ലാം ദ്വീപുകളിൽ

അറേബ്യയിൽനിന്നും ദക്ഷിണേന്ത്യയിലേക്കുള്ള നാവികയാത്രയ് ക്കിടയിലുള്ള ലക്ഷദ്വീപുകളുടെ ഭൂമിശാസ്ത്രപരമായ സ്ഥാനവും ദ്വീപു കളിലെ ഉല്പന്നങ്ങളായ ആമത്തോട്, 'കൗറി' (കക്കകൾ/ശംഖുകൾ), കയർ എന്നിവയുടെ വാണിജ്യപ്രാധാന്യവും കണക്കിലെടുക്കുമ്പോൾ, കേരളത്തിന്റെ കാര്യത്തിലെന്നപോലെ ഇസ്ലാമിന്റെ ആവിർഭാവത്തിനു മുമ്പുതന്നെ ദ്വീപുകളുമായും അറബികൾ ബന്ധപ്പെട്ടിരുന്നു എന്നനു മാനിക്കാവുന്നതാണ്. ഈ ബന്ധത്തിന്റെ പശ്ചാത്തലത്തിൽ എ ഡി ഏഴാം നൂറ്റാണ്ടിൽതന്നെ ഇസ്ലാമിലെ ആദ്യഖലീഫായ ഹ: അബൂബ ക്കർ സിദ്ദീഖിന്റെ പൗത്രനായ ഹ: ഉബൈദുള്ളയാണ് ദ്വീപുകളിൽ ഇസ്ലാം പ്രചരിപ്പിച്ചതെന്ന ദ്വീപുകാരുടെ പരമ്പരാഗത വിശ്വാസത്തിന് സാംഗ ത്യമുണ്ട്. അദ്ദേഹം തന്റെ പ്രവർത്തനമാരംഭിച്ചത് അമ്മേനി ദ്വീപിലായി രുന്നുവെങ്കിലും ആന്ത്രോത്തിലാണ് ആദ്യവിജയം കണ്ടതെന്നും അവി ടെയാണ് പള്ളി പണിതതെന്നും വിശ്വസിക്കപ്പെടുന്നു. അമ്മേനിയുൾപ്പെ ടെയുള്ള എല്ലാ ദ്വീപുകാരും പിന്നീട് ഇസ്ലാംമതം സ്വീകരിക്കുകയായി രുന്നുവത്രെ. ഇന്ന് കേരളത്തിൽനിന്നും മറ്റും ദ്വീപുകളിൽ ജോലി ചെയ്യു ന്നവരും കച്ചവടം നടത്തുന്നവരുമൊഴികെ തദ്ദേശീയരെല്ലാംതന്നെ ഇസ്ലാം മതവിശ്വാസികളാണ്.

ദക്ഷിണേന്ത്യൻ ആധിപത്യം

തമിഴ് സംഘംകൃതികളിൽപ്പെട്ട പതിറ്റുപ്പത്തിൽ പരാമർശിക്കപ്പെ ടുന്ന നെടുഞ്ചേരലാതൻ ആയിരുന്നു എ ഡി രണ്ടാം നൂറ്റാണ്ടിൽ ലക്ഷ ദ്വീപുകളെ ആദ്യമായി കീഴടക്കിയ ദക്ഷിണേന്ത്യൻ രാജാവെന്ന് കെ.വി. കൃഷ്ണയ്യരെ ഉദ്ധരിച്ചുകൊണ്ട് എൻ മുത്തുക്കോയ സമർത്ഥിക്കുന്നു. ബി സി രണ്ടാം നൂറ്റാണ്ടിൽതന്നെ തമിഴക രാജാക്കന്മാർ ശ്രീലങ്ക കീഴട ക്കുകയും ചുരുങ്ങിയ കാലയളവിലേക്കു അധിവസിക്കുകയും ചെയ്ത തായി സംഘംകൃതികൾ പ്രതിപാദിക്കുന്നുണ്ടെന്ന റൊമില ഥാപ്പറുടെ നിഗമനവും ഇതോടനുബന്ധിച്ച് ശ്രദ്ധേയമാണ്. നെടുഞ്ചേരലാതൻ സംഘംകൃതികളിൽ പരാമർശിക്കപ്പെടുന്ന രാജാക്കന്മാരിൽവച്ച് ഒരു

പ്രധാനിയായിരുന്നുവത്രെ. അങ്ങ് ഹിമാലയംവരെയുള്ള ഭൂമിയെയും റോമൻ പടക്കപ്പലുകളുടെ നിരകളെയും അദ്ദേഹം കീഴടക്കിയതായി സംഘംകൃതികളിൽ അതിശയോക്തികലർന്ന ആലങ്കാരികതയോടെ വർണ്ണിക്കപ്പെടുന്നുണ്ടത്രെ. റോമൻ പടക്കപ്പലുകളെ എന്നതു റോമൻ കച്ചവടസംഘങ്ങളെ കീഴടക്കിയതാവാമെന്ന് ഥാപ്പർ സൂചിപ്പിക്കുന്നു. എ ഡി പത്താം നൂറ്റാണ്ടിൽ രാജരാജചോളൻ സിലോണും മാലദ്വീപുകളും ആക്രമിച്ചു കീഴടക്കിയതായും ഥാപ്പർ രേഖപ്പെടുത്തുന്നു.

എ.ഡി. പതിനൊന്നാം നൂറ്റാണ്ടിൽ കോലത്തുനാട് വാണിരുന്ന വല ഭൻ എന്ന കോലത്തിരി രാജാവ് ലക്ഷദ്വീപുകളെ കീഴടക്കിയതായി പല ചരിത്രകാരന്മാരും പ്രസ്താവിക്കുന്നുണ്ട്. ശ്രീരാമൻ ലങ്ക എന്ന ഒരു ദ്വീപാണ് കീഴടക്കിയതെങ്കിൽ രാജഘടേശ്വരൻ (കോലത്തിരി) അനവധി ദ്വീപുകളെ കീഴടക്കി; എന്ന് അതിശയോക്തിയോടെ മൂഷികവംശകാവ്യത്തിൽ പ്രതിപാദിക്കുന്നുണ്ടത്രെ. ഈ 'അനവധി ദ്വീപുകൾ' എന്ന കാവ്യാത്മകമായ പരാമർശത്തിലൂടെയാവാം ലക്ഷദ്വീപുകൾ എന്ന പേരുമുണ്ടായത്.

ലക്ഷദ്വീപുകളുൾപ്പെടെയുള്ള കോലത്തിരിയുടെ സമുദ്ര വാണിജ്യ താല്പര്യങ്ങൾ സംരക്ഷിച്ചിരുന്ന നാവികപടത്തലവനായിരുന്ന അരയൻകുളങ്ങര നായർ പന്ത്രണ്ടോ പതിമൂന്നോ നൂറ്റാണ്ടിൽ ഇസ്ലാംമതം സ്വീകരിച്ച് 'മുഹമ്മദാലി' എന്ന് പേര് മാറ്റുകയുണ്ടായി എന്നു കരുതപ്പെടുന്നു. പില്ക്കാലത്ത് 'മമ്മാലി'കൾ എന്ന രണ്ടാം പേരിൽ അറിയപ്പെടുകയും ലക്ഷദ്വീപുകളിൽ ഭരണം നടത്തുകയും ചെയ്തിരുന്ന അറയ്ക്കൽ എന്ന മുസ്ലിം രാജകുടുംബത്തിന്റെ ഉത്ഭവം ഈ മുഹമ്മദാലിയിൽ നിന്നാണത്രെ.

അറയ്ക്കൽ രാജകുടുംബം ദ്വീപുകളിൽനിന്നുള്ള കയർ കുത്തക വ്യാപാരത്തിലേർപ്പെടുത്തിയ കടുത്ത നിബന്ധനകളോടുള്ള പ്രതിഷേധമായി 1783 ൽ അമ്മേനി, കടമത്ത്, കില്താൻ, ചേത്‌ലറ്റ് എന്നീ ദ്വീപുകളുൾക്കൊള്ളുന്ന അമിൻദിവി ദ്വീപസമൂഹക്കാർ ടിപ്പുസുൽത്താനോട് കൂറ് പ്രഖ്യാപിക്കുകയുണ്ടായി എന്ന് പ്രൊഫ. കെ കെ എൻ കുറുപ്പ് ചൂണ്ടിക്കാട്ടുന്നു. 1799 ൽ ബ്രിട്ടീഷുകാർ മൈസൂർ കീഴടക്കിയപ്പോൾ ഈ ദ്വീപുകളും അവരുടെ നേരിട്ടുള്ള ഭരണത്തിൻകീഴിലായി. മറ്റു ദ്വീപുകളായ ആന്ത്രോത്ത്, കല്‌പേനി, കവരത്തി, അഗത്തി, മിനിക്കോയ് എന്നിവ 1908 വരെ, കണ്ണൂർ കേന്ദ്രമാക്കി പ്രവർത്തിച്ചിരുന്ന അറയ്ക്കൽ ബീവിയുടെ ഭരണത്തിലായിരുന്നുവെങ്കിലും, 1796 ൽതന്നെ ബീവി ബ്രിട്ടീഷുകാർക്ക് കപ്പം കൊടുക്കുവാനുള്ള ഒരുടമ്പടിയിൽ ഒപ്പുവച്ചിരുന്നതായി പ്രൊഫ. കുറുപ്പ് ചൂണ്ടിക്കാട്ടുന്നു. ജനവാസമുള്ള ഈ രണ്ടു സംഘം ദ്വീപുകളും ജനവാസമില്ലാത്ത മറ്റു ദ്വീപുകളും ചേർന്നതാണ് ഇന്നത്തെ കേന്ദ്രഭരണ പ്രദേശമായ ലക്ഷദ്വീപുകൾ.

ആകാശനേത്രവും ഭൗമനേത്രവും

ദ്വീപുകളിലൊന്നിനെ ദ്വീപായിത്തന്നെ നമുക്കൊന്നു കാണാം. കടമത്തു ദ്വീപിൽനിന്നും മിനിക്കോയിലേക്ക് ഹെലികോപ്റ്ററിൽ യാത്ര ചെയ്യ

വെയാണ് അതിനുള്ള അവസരമുണ്ടായത്. നാലുപുറവും കടൽ, അതിനു നടുവിൽ തെങ്ങുകളുടെ ഹരിതകത്തിൽ പൊതിഞ്ഞ ഒരു നീണ്ട മണ്ണിൻകീറ്. ദ്വീപിനു ചുറ്റും ലഗൂണിന്റെ നേർത്ത ഹരിനീലം. അതിനപ്പുറം ആഴക്കടലിന്റെ നീലിമ... ദ്വീപുകൾക്കിടയിലുള്ള കോപ്റ്റർ യാത്രകളിൽ ഈ ദൃശ്യമാവർത്തിച്ചു.

കര കപ്പലിൽ നിന്ന ദൃശ്യമായി നോക്കെത്താദൂരത്തോളം കടലിനാൽ ചുറ്റപ്പെടുമ്പോഴാണ് കരയുടെ ചെറുമ മനസ്സിലാവുക. കരയുടെ സാങ്കേതിക ശാസ്ത്രം കടലിലൊരിക്കലും തോല്ക്കില്ലെന്ന് എന്താണുറപ്പ്? എന്തെങ്കിലുമൊരു ചെറിയ പഴുതുപോരെ? കടലാണെങ്കിൽ അനന്തവിശാലവും. കരയുമായി താരതമ്യപ്പെടുത്താവുന്നതിനുമപ്പുറം! കരയിൽ നിന്നു വ്യത്യസ്തമായ അഭൗമമായ ചില നിറങ്ങളോടു ചലനതാളത്തോടും കൂടിയാണ് ദ്വീപുകൾ നമ്മുടെ മുന്നിൽ പ്രത്യക്ഷപ്പെടുക. ജനവാസം കുറവുള്ള ചില ദ്വീപുകളിലെ ലഗൂണിന്റെ തീരത്തെ സന്ധ്യയുടെ ശാന്തത കരയുടെ ചലനനിയമങ്ങൾക്കപ്പുറത്താണ്. ദ്വീപുകളിലെ അനുഭവങ്ങളുടെ ഒരു തലം ഇങ്ങനെ വൻകരയുടെ നാഗരികതയിലൂന്നിയ ഒരു യാത്രികന്റെ കാഴ്ചപ്പാടാണ്. ദ്വീപുകാർക്ക് ഒരുപക്ഷേ, ഇങ്ങനെയാവില്ല തോന്നുക.

മറ്റൊരുതലം ദ്വീപുകളുടെ ചരിത്രവും സംസ്കാരവുമാണ്. ഇസ്ലാമിന്റെ ആവിർഭാവത്തിനു മുൻപും ക്രിസ്ത്വബ്ദത്തിന്റെ തന്നെ ആരംഭത്തിനും നൂറ്റാണ്ടുകൾക്കു മുൻപും ദ്വീപുകളിൽ ജനവാസവും സംസ്കാരവും നിലനിന്നിരുന്നുവെന്നതും, മനുഷ്യജീവിതത്തിന്റെ ഈ ചെറുതുരുത്തുകളിൽ ഭാരതത്തിന്റെ പ്രാചീന മതമായ ബുദ്ധമതത്തിന്റെ വേരോട്ടമുണ്ടായിരുന്നതും വൻകരയുടെ സാംസ്കാരിക ഔന്നത്യത്തിന്റെ ധാർഷ്ട്യം പേറുന്ന നമ്മെ ഒട്ടൊന്നു ഞെട്ടിക്കും. ശ്രീ. കെ ടി വേലായുധൻ മാഷ് തന്റെ സ്കൂളലമാരിയിൽനിന്നും എടുത്തുകാട്ടിയ ദ്വീപുകളിൽ നിന്നും കണ്ടെത്തിയ ബുദ്ധന്റെ വെൺ ശിരസ്സു എന്നെ അമ്പരപ്പിച്ചു. അതെക്കുറിച്ചു മുൻപേ വായിച്ചിട്ടുണ്ടായിരുന്നുവെങ്കിലും. ദ്വീപുകൾ നല്കുന്ന മറ്റൊരു പാഠം ഒരല്പം സാംസ്കാരിക എളിമയാണ്. ഭൂവിസ്തൃതിയും ജനസംഖ്യയുടെ വലുപ്പവും നോക്കാതെ ദ്വീപുകളുടെയും അത്തരം ചെറു സമൂഹങ്ങളുടെയും ചരിത്രത്തെയും സംസ്കാരത്തെയുംകുറിച്ചു കൂടുതൽ അറിയുവാനും ബഹുമാനിക്കുവാനും നമുക്കു കഴിയണം.

References

A L Basham, *The Wonder that was India*, Picador, London, 1963.

Alex George, "Traditional Navigation and Trade in Lakshadweep 1850-1950", in Satish Chandra, B. Arunachalam, & V Suryanarayana (ed), *Indian Ocean and its Islands*, Sage Publications, New Delhi, 1993.

——————————— *Household Health Expenditure in Two States: A Comparative Study of Maharashtra and Madhya Pradesh*, Foundation for Research in Community Health, Mumbai, 1997.

——————————— "Malabar Khalasis' Traditional Technology to the Rescue in Perummon", *Economic and Political Weekly*, Mumbai, 6 May, 1989.

Andrew W Forbes, "Southern Arabia and the Islamicisation of the Central Indian Ocean Archipelago", *Archipel,* 21, 1981.

Bernard J Smales, *Economic History Made Simple*, WH Allen, London, 1975.

K, Damodaran, *Kerala Charithram*, Prabhat Publishing House, Thiruvanthapuram, 1979.

Edwin Chadwick, *Report from the Poor Law Commissioners on an Inquiry into the Sanitary Condition of the Labouring Population of Great Britain*, 1842; http://victorianweb.org/history/chadwick;

R H Ellis, *A Short History of Laccadive Islands and Minicoy*, Madras, 1924.

G S Ghurye, *Caste and Race in India*, Popular Prakashan, Mumbai, 1969 .

TA Gopinatha Rao, Mushuikavamsa: A Study, *Travancore Archaeological Series*, Vol. II, 1916.

Haraprasad Ray, "Calicut as Known to China During the Fifteenth Century", Journal of Indian Ocean Studies (*JIOS)*, Vol. 2, No.3, New Delhi, July 1995 .

———————————— "Cochin and China Before the European Discovery of the East", *JIOS, Vol 5, No.1*, New Delhi, Nov. 1997.

————————————-Sino-Indian Historical Relations: Quilon and China, Journal of Indian Ocean Studies (*JIOS)*, Vol 8, No. 1&2, New Delhi, August 2000.

Jawaharlal Nehru, *The Discovery of India*, Oxford University Press, 1983.

J H Hutton, *Caste in India: Function and Origins*, Oxford University Press, Mumbai, 1973.

Kakkanadan, *Sakshi*, National Book Stall, Kottayam.

D D Kosambi, *The Culture and Civilisation of Ancient India in Historical Outline*, Vikas Publishers, New Delhi, 1981.

K K N Kurup, *Ali Rajas of Cannanore*, Thiruvanathapuram.

Louis Dumont , *Homo Hierarchicus: The Caste System and its Implications*, Vikas Publishers, New Delhi, 1970.

N S Mannadiar, (ed.) *Gazetteer of India, Lakshadweep*, Coimbatore,1977.

N Muthukkoya, *Lakshadweepu Noottandukalilude*, Vidyarthimithram Book Depot, Kottayam, 1986.

M G S Narayanan, *Keralacharithrathinte Atistanashilakal*, Navakerala Publishers, Calicut, 1971

———————————— *Cultural Symbiosis in Kerala*, Kerala Historical Society, Thiruvanthapuram, 1972.

————————————-*Reinterpretations in South Indian History*, College Book House, Thiruvanthapuram, 1977.

Nikos Kazantzakis, *The Last Temptation of Christ*, Trans. PA Bien, Bantam Books, New York, 1968.

K A Nilakantha Shastri, *A History of South India*, London, 1958.

Publication Division, Ministry of Information and Broadcasting, New Delhi, *India Yearbook*, Various Years.

Peter Tete, *They Speak to Us: Pioneers in the Ranchi Jesuit Province*, Ranchi Jesuit Society, 1993

PI Pookkoya, *Pazhaya Etukal*, Kalpeni, 1957.

——————— *Dweepolpathi*, Calicut, 1960.

P. Ponette, *The Dawn of the Ranchi Jesuit Mission*: 1869-1885, Catholic Press, Ranchi, 1992

Ranajit Guha, *Elementary Aspects of Peasant Insurgency in Colonial India*, Oxford University Press, New Delhi, 1983.

Registrar General of India, *Census of India, 2001*, Various States.

——————————————— *Sample Registration System Bulletin*, Various Years.

Roland Miller, *Mappila Muslims of Kerala*: *A Study in Islamic Trends*, Orient Longman, Mumbai, 1976.

Romila Thapar, *A History of India I*, Penguin, Harmondsworth, 1983.

P T Srinivasa Aiyengar, *History of the Tamils from the earliest times to 600 AD*, Chennai, 1929.

T C Varghese, *Agrarian Change and Economic Consequences, Land Tenures in Kerala: 1850-1960*, Allied Publishers, Mumbai, 1970.

K T Velayudhan, "Lakshadweepukalil Budhamatham", *Mathrubhumi Weekly*, Calicut, 1-7 February, 1981 .

Victor Rosner, *Readings Into the Present*, Satya Bharati, Ranchi, 1984.

Vincent Smith, *The Oxford History of India*, Oxford, 1958.

VV K Valath, *Charitrakavatangal*, National Book Stall, Kottayam 1977.

Printed by Libri Plureos GmbH in Hamburg,
Germany